ஒன்றே சொல்! நன்றே சொல்!

தொகுதி-1

சுப. வீரபாண்டியன்

உங்கள் ரசனை மேம்பட
வானவில் புத்தகாலயம்

10/2 (8/2) போலீஸ் குவார்ட்டர்ஸ் சாலை (முதல் தளம்)
(தியாகராயநகர் பேருந்து நிலையத்திற்கும் காவல் நிலையத்திற்கும் இடைப்பட்ட சாலை)
தியாகராயநகர், சென்னை – 600 017
Phone: 29860070 Cell: 72000 50073
Vanavil Puthakalayam 6 th sense_karthi
e-mail : vanavilputhakalayam@gmail.com
Website: www.sixthsensepublications.com

Title:
ONDRE SOL NANDRE SOL PART - 1
Author:
Suba veerapandian
Address:
Vanavil Puthakalayam
10/2(8/2) Police Quarters Road (First Floor),
(Between Thiyagaraya Nagar Bus Stop & Police Station)
Thiyagaraya Nagar, Chennai - 17
Phone: 29860070
Cell: **72000 50073**
Vanavil Puthakalayam
6 th sense_karthi
e-mail : vanavilputhakalayam@gmail.com
Website: www. sixthsensepublications.com

Edition:
First : **April, 2009**
Second : **December, 2009**
Third : **September, 2010**
Fourth : **February, 2013**
Fifth : **October, 2015**
Sixth : **December, 2019**
Pages : 160
Price : Rs.188

© **Subaveerapandian**

Publisher
Karthikeyan Pugalendi
Managing Editor
P. Karthikeyan
Layout
M.Magesh

தலைப்பு : **ஒன்றே சொல்! நன்றே சொல்! (தொகுதி - 1)**
நூலாசிரியர் : சுப. வீரபாண்டியன்
பக்கங்கள் : 160
விலை : ரூ.188
உரிமை : சுப வீரபாண்டியன்
முதற்பதிப்பு : ஏப்ரல், 2009
இரண்டாம் பதிப்பு : டிசம்பர், 2009
மூன்றாம் பதிப்பு : செப்டம்பர், 2010
நான்காம் பதிப்பு : பிப்ரவரி, 2013
ஐந்தாம் பதிப்பு : அக்டோபர், 2015
ஆறாம் பதிப்பு : டிசம்பர், 2019

வானவில் புத்தகாலயம்
10/2 (8/2) போலீஸ் குவார்ட்டர்ஸ் சாலை (முதல் தளம்)
(தியாகராயநகர் பேருந்து நிலையத்திற்கும் காவல் நிலையத்திற்கும் இடைப்பட்ட சாலை)
தியாகராயநகர், சென்னை - 600 017
தொலைபேசி: 29860070, 24342771
கைபேசி: **72000 50073**
மின்னஞ்சல்: subavee11@gmail.com

இந்தப் புத்தகத்திலுள்ள எந்த ஒரு பகுதியையும் பதிப்பாளர் மற்றும் எழுத்தாளர் அனுமதியை எழுத்து மூலம் பெறாமல் பதிப்பிக்கவோ, நாடகமாக்கவோ, திரைப்படமாக்கவோ கூடாது

No part of this book may be reproduced or transmitted in any form without permission in writing from the author or publisher

நீங்கள் Smart Phone உபயோகிப்பவராக இருந்தால் QR Code Reader Application மூலம் இதை Scan செய்தால் நேரடியாக எமது இணையதளத்திற்கு சென்று மேலும் எங்கள் வெளியீடுகள் பற்றிய விவரங்களைப் பெறலாம்.

A2 ISBN :978-81-92465-84-5

மு. கருணாநிதி
முதலமைச்சர்

தலைமைச் செயலகம்
சென்னை - 600 009

நாள் 26-03-2009.

வாழ்த்துரை.

"கலைஞர் தொலைக்காட்சி"யில் காலை வேளையில் எந்தவொரு நிகழ்ச்சியை நான் பார்த்தாலும் – பார்க்கா விட்டாலும் – தம்பி சுப. வீரபாண்டியன் அவர்களின் "ஒன்றே சொல்! நன்றே சொல்!" என்ற நிகழ்ச்சியைப் பார்க்கத் தவறு வதில்லை.

அவர் நம்மை அழைத்து "ஒன்றே சொல்! நன்றே சொல்!" எனச் சொல்வது ஒரு சொல் அல்ல! அது ஒரு வைரக் கல்! ஆம், பட்டை தீட்டப்பட்ட வைரக் கல்!

பகுத்தறிவு பற்றி மேற்கோள்கள் பலவற்றுடன் அவர் அளிக்கும் மருந்து – தமிழ்ச் சமுதாயத்தின் மூட நம்பிக்கை நோய் தீர்க்கும் மருந்து.

வரலாறுகளைப் புரட்டி – அவர் நம் கண் முன்னால் விரித்து வைக்கும் செய்திகள், நிகழ்வுகள் அனைத்தும் தெவிட்டாத விருந்து.

அழகான தமிழ் –

ஆணித்தரமான குரல் –

அடுக்கடுக்கான உவமைகள் –

அத்தனையும் அறிவுக்கடலின் ஆழத்திலிருந்து எடுத்த முத்துக்கள்.

அந்த முத்தாரம் அணிந்து – தொலைக்காட்சியில் தம்பி, "சுப.வீ" எப்போது தோன்றுவாரென்று நான் நாள்தோறும் காலை நேரத்தில் எதிர்பார்க்கிறேனே, அது தான் அவரது கருத்துகளைத் தாங்கி வெளி வரும் "ஒன்றே சொல்! நன்றே சொல்!" என்ற இந்தத் தொகுப்புக்கு நான் எழுதிய சிறப்புரை என்று எடுத்துக் கொள்ளலாம்.

என்றும்

அன்புள்ள,

(மு. கருணாநிதி)

பதிப்புரை

இன்றைய தலைமுறைக்குப் படிப்பதற்கு நேரம் ஒதுக்குவதற்கு முடிவதில்லை. எவற்றைப் படிக்க வேண்டும் என அவர்களுக்கு வழிகாட்டுவதற்கும் யாருமில்லை. அவர்களுடைய அறிவுப் பசியைத் தீர்க்கும் விதத்தில், தான் பெற்ற உலக அனுபவங்கள், தான் படித்த புத்தகங்களின் சாரங்கள் இவற்றைக் கலைஞர் தொலைக்காட்சியின் 'ஒன்றே சொல்! நன்றே சொல்!' உரைத் தொகுப்பின் மூலமாக நமக்குத் தருகிறார் ஐயா சுப.வீரபாண்டியன் அவர்கள். அந்த உரைத் தொகுப்பின் ஒரு பகுதி புத்தக வடிவில் மூன்று தொகுதிகளாக இப்போது உங்கள் கரங்களில் தவழ்கிறது. மற்ற தொகுதிகளும் தொடர்ந்து வெளி வரும்.

காலை 8.45 மணிக்கு எல்லார் வீட்டிலும் கலைஞர் தொலைக் காட்சியின் ஒன்றே சொல்! நன்றே சொல்! நிகழ்ச்சியைத்தான் பார்த்துக் கொண்டிருப்பார்கள்.

எங்கள் வீட்டில் அந்த நேரம் கூடுதல் பரபரப்பு நிலவும் நேரம். நாங்கள் அந்த நிகழ்ச்சியை விரும்பிப் பார்ப்பது மட்டுமல்ல அந்தப் பரபரப்புக்குக் காரணம், அதை கவனமாக தினமும் ஒலிப்பதிவு செய்து கொண்டு வந்து புத்தக வடிவில் வருவதற்கு ஒளி அச்சுக்கோர்வை செய்யவும் வேண்டும்.

நாங்கள் உலக வரலாற்றை, இலக்கியங்களை, சமூக மாற்றங் களைப்பற்றித் தெரிந்து கொள்வதற்கு அது பெரிதும் உதவியிருக் கிறது. இப்போது உங்களுக்கும் புத்தக வடிவில் இருந்து உதவப் போகிறது.

ஐயா சுபவீ அவர்கள் தன் இடையறாத பணிகளுக்கிடையில் புத்தகம் வெளிவருவதற்கு உதவி புரிந்துள்ளார்கள். அவர்களுக்கு எங்கள் நன்றி.

முத்தமிழ் அறிஞர் தமிழக முதல்வர் டாக்டர் கலைஞர் அவர்கள் எங்கள் பதிப்புத்துறைக்கு செய்துள்ள நன்மைகள் ஏராளம். அவர்கள் இந்த நூலுக்கு அருமையானதொரு வாழ்த்துரை தந்து சிறப்பித்திருக்கிறார்கள். அவர்களுக்கும் எங்கள் மனமார்ந்த நன்றியைத் தெரிவித்துக்கொள்கிறோம்.

சுப.புகழேந்தி

வானவில் புத்தகால்யம்

நன்றியுரையே

முன்னுரையாக...

காடுகள், மலைகள், கவின்மிகு கடல்களில் மட்டுமின்றி, வெளிகளில்கூட விரிந்து கிடக்கிறது உலகம். அள்ள அள்ளக் குறையாமல் ஆயிரம் கோடிப் புதையல், காலம் தோறும் காத்துக் கிடக்கிறது நம் முன்னால்!

எடுக்கப் புறப்பட்டவர்கள் ஏராளமாய் ஏந்தி வருகின்றனர். சோம்பிக் கிடப்பவர்கள், சுற்றுச் சுவர்களுக்குள் முடங்கிப் போகின்றனர்.

அள்ளிவர முடியாவிட்டாலும், அங்கு கொஞ்சம், இங்கு கொஞ்சமாய்க் கிள்ளி வரும் வாய்ப்பினை எனக்கு வழங்கியது இரண்டாண்டுகளுக்கு முன், கலைஞர் தொலைக்காட்சி.

2007 ஆகஸ்ட் மாதத் தொடக்கத்தில், ஒரு விபத்திற்குள்ளாகி, காலில் எலும்பு முறிந்து, கட்டிலில் படுத்திருந்த நேரம், தொலைபேசியில் அழைத்தார் நண்பர் ரமேஷ் பிரபா. செப்டம்பர் 15 முதல் தொடங்கப்படவிருக்கும் கலைஞர் தொலைக்காட்சியில் ஒவ்வொரு நாளும் ஒரு செய்தி குறித்து நீங்கள் பேச வேண்டும் என்றார்.

உவகையில் உள்ளம் அசைந்தது. ஆனால், கடுகளவும் கால் அசைக்க முடியவில்லை. அதனால் தயங்கித் தயங்கி மறுத்தேன். தடுமாற்றம் வேண்டாம், இன்னும் இரண்டு வாரம் காத்திருக்கிறேன், குணப்படுத்திக் கொண்டு கூடிய விரைவில் வாருங்கள் என்றார்.

அந்தக் காத்திருத்தலுக்கு என் முதல் நன்றி.

தொலைக்காட்சியைப் பார்க்கத் தொடங்கிய பின், வானொலியைக் கேட்பது குறைந்துதான் போயிற்று. ஆனாலும், காலை 7.35 மணி முதல் 7.40 வரை, 'இன்று ஒரு தகவல்' பகுதியை மட்டும் கேட்கத் தவறுவதில்லை நான். ஆயிரம் சிங்கக் குரல்கள் இருந்தாலும், தென்கச்சியாரின் அந்த கிராமியக் குரல் ஒரு தனி சுகம். ஐந்து நிமிடங்களுக்குள்ளாகக்கூட, ஒரு செய்தியைச் சொல்லிவிட முடியும் என்கிற நம்பிக்கையை அந்த நிகழ்ச்சி தந்தது. அதுவும், அந்தக் குறுகிய நேரத்திற்குள் ஒரு எடுப்பு, ஒரு தொடுப்பு, ஒரு முடிப்பு என ஒரு வடிவத்தையே அவர் உருவாக்கி வைத்திருந்தார்.

தமிழ்நாட்டில்எத்தனையோ பேரைப் பாதித்ததைப்போல, என்னையும் தென்கச்சியார் பாதித்தார். அந்தப் பாதிப்பு எனக்குள் படிந்து கிடந்திருக்கிறது. அந்தத் தாக்கம்தான் இப்போது ஒன்றே சொல்லவும், அதனை நன்றே சொல்லவும் எனக்கு உதவியுள்ளது.

எப்போதும் நான் மதிக்கும் அந்தத் தென்கச்சியாருக்கு என் நன்றி.

நிகழ்ச்சி தொடங்கிய சில வாரங்களிலேயே, நண்பர்களிடமிருந்து பாராட்டும், ஊக்கமும் கிடைத்தன. புகழ்பெற்ற பெருமக்கள் சிலரும் தொலைபேசியில் அவ்வப்போது அழைத்துப் பாராட்டினர். திராவிடர் கழகத் தலைவர் ஐயா கி.வீரமணி, திரு. ஏவி.எம். சரவணன், ஐயா ஆர்.எம்.வீ., திரு.வலம்புரி சோமநாதன் போன்றவர்கள் அளித்த பாராட்டுரைகள், என்னை நான் மேலும் நெறிப்படுத்திக் கொள்ள உதவிற்று.

ஒருநாள், நிகழ்ச்சி முடிந்த சில நிமிடங்களில், ஒரு தொலைபேசி வந்தது.

''முதலமைச்சர் வீட்ல இருந்து பேசுறோம், ஐயா பேசுறாங்க'' என்று சொன்னவுடன், பதற்றம் என்னைப் பற்றிக் கொண்டது.

அந்தக் கரகரப்பான குரலில், கலைநயம் மிகுந்த தமிழில், கலைஞர் என்னைப் பாராட்டினார்.

என் கல்லூரி நாள்களில், காரைக்குடி, காந்தி திடலில் ஆயிரமாயிரம் மக்களில் ஒருவனாய்த் தொலைவில் நின்று, கேட்கக் காத்திருந்த குரல் அன்றோ அது! இன்று என்னோடு நேரிடையாகப் பேசுகின்றபோது, எத்தனை இன்பம் என்நெஞ்சுக்குள்!

இப்படி இன்னும் ஓரிரு முறைகள், அவருடைய பாராட்டைப் பெற்றேன். சென்னை, இராமச்சந்திரா மருத்துவமனையில், பிப்ரவரி 25 காலை, அவரைப் பார்க்கச் சென்றிருந்தபோதும், ''இன்று காலை, மெக்சிகோ போராளிப் பெண்களைப் பற்றி நீ பேசிய செய்தி நன்றாக இருந்தது'' என்றார்.

இந்த நிகழ்ச்சிகளுக்குப் பிறகுதான், அந்தச் சிற்றுரைகள் நூல் வடிவம் பெறத் தொடங்கிய வேளையில், கலைஞரிடமே ஒரு வாழ்த்துரை கேட்கலாமே என்று தோன்றியது. கேட்டேன். நூலைக் கொண்டு வந்து கொடு என்றார்.

25-03-09 மாலை நான்கு மணிக்கு, கோபாலபுரம் வீட்டில் கொண்டு போய்க்கொடுத்தேன். 26ஆம் தேதி காலையில் தொலைபேசி

வந்தது. ''வாழ்த்துரை தயாராக உள்ளது. வாங்கிக் கொண்டு போகலாம்'' என்றார், உதவியாளர் மருதநாயகம்.

எல்லோருக்கும் நன்றி சொல்லலாம். எப்படி நான் நன்றி சொல்வேன் தலைவர் கலைஞருக்கு!

இடையிடையே சில நூல்களை இந்நிகழ்ச்சியில் நான் அறிமுகப் படுத்தினேன். எழுத்தாளர்கள் பலருடன் எனக்குத் தொடர்பு ஏற்பட அது உதவிற்று. நல்ல நூல்கள் பலவும் எனக்கு வந்து சேர்ந்தன. தேடித் தேடிப் படைப்பிலக்கிய நூல்கள் பலவற்றை அனுப்பி வைத்தார். அன்பே உருவான ஆங்கரை பைரவி.

அப்பா என்று என்னை அழைக்கும் அந்தப் பிள்ளைக்கும், என்னை மதித்துத் தம் நூல்களை அனுப்பிய எழுத்தாளர் பலருக்கும் என் நன்றி உரியது.

தொடர் வண்டிப் பயணத்தில் ஒரு பெரியவர் என்னைப் பார்த்து, ''ஏம்ப்பா, இவ்வளவு நல்ல விஷயத்தை எல்லாம் சொல்றியே, இத்தனை நாள் எங்கிருந்தே?'' என்றுகேட்டார்.

''இருபது வருடங்களாக நான் இப்படித்தான் பேசிக் கொண்டிருக் கிறேன். ஆனாலும் ஊடகம்தான் என்னை உங்கள் வீட்டிற்குக் கொண்டு வந்திருக்கிறது'' என்றேன்.

இப்படி உலகெங்கும் உள்ள தமிழர்களின் வீடுகளுக்கு என்னை அழைத்துச் சென்றிருக்கும் கலைஞர் தொலைக்காட்சிக்கும், காணும்போதெல்லாம் ஊக்குவித்துப் பாராட்டும், திரு.அமிர்தம், திரு.இராம.நாராயணன் ஆகியோருக்கும் நன்றி.

அறிமுகம் அதிகமில்லை. ஆனாலும் தொடர்பு கொண்டு, உங்கள் குரலை நூல் வடிவில் கொண்டு வருகிறேன் என்றார் வானவில் புத்தகாலய உரிமையாளர் சுப.புகழேந்தி. இசைந்தேன். தினந் தோறும் நான் கலைஞர் தொலைக்காட்சியில் ஆற்றும் உரைகளைப் பதிவு செய்யத் தொடங்கினார். நண்பர் பாலகிருஷ்ணனின் வித்தக விரல்கள் விரைந்து அதனைத் தட்டச்சு செய்தன.

எனக்கே மலைப்பாக உள்ளது. இப்போது ஏறத்தாழ ஈராயிரம் பக்கங்கள் அணியமாய் உள்ளன. அவற்றுள் சிலவற்றைத் தேர்ந்தெடுத்து, ஏறத்தாழ 500 பக்கங்கள், மூன்று தொகுதிகளாய் முதலில் வெளியிடப்படுகின்றன. தொடர்ந்தும் தொகுதிகளைக் கொண்டு வர இருக்கின்றோம்.

இயந்திரத் தனமில்லாமல், ஓர் ஈடுபாட்டோடு இந்தத் தொகுதிகளை வெளிக் கொண்டு வந்துள்ள வானவில் புத்தகாலயக் குழுவினருக்கும், அழகிய அட்டை வடிவமைப்பை வழங்கியுள்ள அருமை நண்பர் விஜயனுக்கும் என் நன்றி.

கருஞ்சட்டைத் தமிழரின் உதவி ஆசிரியர் உமாவின் ஒத்துழைப்பு இல்லையென்றால், உரிய நேரத்தில் இந்த நூல் வெளிவந்திருக்காது. சலிக்காமலும், முகம் சுளிக்காமலும், மெய்ப்புத் திருத்தி, சிலவிடங்களில் திருத்தம் சொல்லி உதவிய உமாவிற்கு நன்றி.

தோழர் எழில் இளங்கோவனின் இணையற்ற துணைக்கும், கருஞ்சட்டைத் தமிழர் உதவி ஆசிரியர் மயில்வாகனனின் உதவிகள் பலவற்றிற்கும் என் நன்றி.

என் பணிகள் அனைத்திலும் உடனிருந்து, தொய்வின்றி அவை நடைபெறத் தோள்கொடுத்து, ஒவ்வோர் அரங்கிலும் என்னை உயர்த்திப் பிடிக்கும், நான் சார்ந்திருக்கும் திராவிட இயக்கத் தமிழர் பேரவைத் தோழர்கள் அனைவருக்கும் நன்றி.

வீட்டிலிருக்கும் நேரம் மிகக் குறைவு. இருக்கும்போதும், புத்தகம் படித்துக் கொண்டும், தொலைபேசியில் உரையாடிக் கொண்டும் உள்ள ஒரு மனிதனை எந்த மனைவி சகித்துக் கொள்வார்?

அந்தச் சகிப்புத் தன்மையால்தான், என்னால் இப்படிப் பல செயல்களைச் செய்ய முடிகிறது. என் வாழ்க்கைத் துணைவர் வசந்தாவிற்கும், நாள் தவறாமல் இந்நிகழ்ச்சி பற்றித் தன் கருத்தைச் சொல்லும் என் மூத்த மகன் இலெனினுக்கும் என் நன்றி.

எவ்வளவுதான் நினைந்து நினைந்து எழுதினாலும், விட்டுப் போனவர்களின் பட்டியல் ஒன்று இருந்தே தீரும். அப்படி இருந்தால், அவர்கள் என்னை மன்னிக்கட்டும்.

— சுப.வீரபாண்டியன்

பொருளடக்கம்

1. விண்வெளிப்பயணம் 11
2. மொழியும் சாதியும் 16
3. நடிகை - ஒரு சக மனிஷி 20
4. இராகுகாலம் 25
5. அமெரிக்காவிலே 29
6. ஆசையை நிரப்ப முடியாது 35
7. பரணில் நம் பழம் சொத்து 40
8. அண்ணல் அம்பேத்கர் 46
9. மரண தண்டனை 51
10. ஜப்பானின் வளர்ச்சி 57
11. நரை முடி 62
12. பொதுநல வழக்கு 67
13. அரசியல் பேசலாமா? 72
14. ஒப்புரவு 77
15. தமிழ்க் கப்பல் 82
16. பணமும் மனிதர்களும் 84
17. சமூக மருத்துவர் தந்தை பெரியார் 89
18. எது நம் புத்தாண்டு? 94
19. கோயபல்ஸ் 99
20. தள்ளாடும் வாழ்க்கை 105
21. திராவிடச் சான்று 110
22. சிலப்பதிகார மாந்தர் 115
23. பசி வந்திட 120
24. அறிவியல் பார்வை 123
25. சிற்றின்பமும் பேரின்பமும் 126
26. பொங்கல் விழா 130
27. ஈழம் தரும் வலி 134
28. சமரசம் சரியானதா? 138
29. புகழ்ச்சி இயல்பன்று 143
30. நன்றி பாராட்டுதல் 148
31. மைக்கேல் பாரடே 152
32. குடும்ப வன்முறைத் தடுப்புச் சட்டம் 157

விண்வெளிப் பயணம்

விண்வெளி ஆய்விலே அமெரிக்காவுக்கும் சோவியத்துக்கும் மிகப்பெரிய பங்கு இருந்தாலும்கூட, விண்வெளி ஆய்வைத் தொடக்கி வைத்தது ஜெர்மனிதான்.

இருபதாம் நூற்றாண்டின் பிற்பகுதியில் விண்வெளிப் பயணம் வெற்றிகரமாக நடைபெற்றது. ஆனால் முற்பகுதியிலேயே அதற்கான முயற்சிகள் தொடங்கி விட்டன. சந்திரனில் முதன் முதலாகக் கால் வைத்த வர்கள் அமெரிக்கர்கள் என்று எல்லோருக்கும் தெரியும். விண்வெளியிலே முதன்முதலில் பறந்தவர் கள் சோவியத்து நாட்டைச் சேர்ந்தவர்கள் என்பதும் நமக்குத் தெரியும். ஆனால் இவர்கள் இரண்டு பேருமே இந்தக் களத்திற்குப் பின்னால் வந்தவர்கள்.

இந்தச் சிந்தனை முதலில் எந்த நாட்டில் தோன்றியது, எந்த விஞ்ஞானிகளிடமிருந்து அது வெளிப்பட்டது, எந்த நாடு முதல் முதலாக ராக்கெட்டைக் குறைந்தது 1000 மீ. தூரத்திற்குப் பறக்க விட்டுப் பரிசோதித்துப் பார்த்தது என்று கேட்டால் அந்த நாட்டினுடைய பெயர் இன்னமும் உலக வரலாற்றின் ஏடுகளில் சரியாகப் பதிவு செய்யப்படாமலிருக்கிறது. ஜெர்மனிதான் முதன் முதலில் இந்த ஆய்வுக் களத்தில் முன்னால் நின்றது. ஜெர்மனிக்குத்தான் இதில் ஒரு மிகப்பெரிய சிறப்பு இருக்கிறது.

1903-ஆவது ஆண்டில் ரைட் சகோதரர்கள் விமானம் பற்றிய முயற்சிகளிலே ஈடுபட்டார்கள். 20-ஆம் நூற்றாண்டின் தொடக்கத்திலேயே அந்த

முயற்சிகள் நடைபெற்று வெற்றி பெற்றுக் கொண்டிருந்தன. ஆனால் விமானங்களுக்கும் ராக்கெட்டுக்குமான அடிப்படை வேறுபாடு யாதெனில் விமானங்கள் காற்று மண்டலத்துக்குள்ளே பறக்கின்றன, ராக்கெட்டுகள் காற்று மண்டலத்தைக் கீறி வெளியில் பிரபஞ்சத் துக்குப் போகின்றன. இதுதான் அதனுடைய அடிப்படையான வேறுபாடு.

ஜெர்மன் நாட்டைச் சார்ந்த எரும்ன் என்கிற ஒரு விஞ்ஞானிதான் முதன் முதலாக ராக்கெட் பற்றிய சிந்தனையை வெளியிட்டார். 19-ஆம் நூற்றாண்டினுடைய இறுதியிலேயே அந்தச் சிந்தனைகள் வெளிப்பட்டன. ஆனாலும் அதற்கான முயற்சிகள் 1920-களிலே தான் நடைபெற்றன. முதன் முதலாக ஜெர்மன் நாட்டைச் சார்ந்த ஒரு ராக்கெட் 1000 மீட்டர் அதாவது 3000 அடிக்குச் செங்குத்தாக மேலே எழுந்தது. அதுவரையிலே விமானம் என்பதெல்லாம் ஊர்ந்து, ஓடி, எழுந்து, பறப்து, அதுதான் விமானத்தினுடைய அடித்தளம்.

ஆனால் ராக்கெட் என்பது நின்ற இடத்திலிருந்து செங்குத்தாக வானை நோக்கிப் பறப்பது. அப்படி முதன் முதலில் பறந்த ராக்கெட்

ஜெர்மனியிலேயிருந்துதான் பறந்தது. அது 1931. பிறகு மெல்ல மெல்ல அந்தத் தொழில் நுட்பம் அங்கே வளர்ந்தது. ஹிட்லர் அந்த நாட்டுக்கு அதிபரானதற்குப் பிறகு ராக்கெட் தொழில் நுட்பத்தை வளர்ப்பதற்கு அவர் பேருதவிகளைச் செய்தார். அவருடைய நோக்கம் வேறாக இருக்கலாம். ஆனாலும் அந்த விஞ்ஞான வளர்ச்சிக்கு அவர் பேருதவிகளைச் செய்தார்.

அதனுடைய விளைவு என்னவாயிற்று என்றால் இரண்டாவது உலகப்போரில் ஜெர்மனிதான் முதன் முதலாக இங்கிலாந்தை நோக்கி ராக்கெட் தாக்குதலை நடத்தியது. இது வரலாற்றில் ஒரு முக்கியமான செய்தி.

ராக்கெட் தாக்குதலை முதன் முதலில் நடத்திய நாடு ஜெர்மனிதான். ஹிட்லர் அதிபராக இருக்கிறபோது இங்கிலாந்து நாட்டின் மீது அந்த தாக்குதல் நடைபெற்றது.

ஆனால் இரண்டாவது உலகப்போரில் ஜெர்மனி தோற்றதற்குப் பிறகு, அமெரிக்கர்களும் சோவியத்து நாட்டைச் சார்ந்தவர்களும் அந்தத் தொழில் நுட்பத்தைக் கையிலெடுத்துக் கொண்டார்கள். அதுவும் சொல்ல வேண்டுமென்றால் சோவியத்துதான் இரண்டாவது உலகப்போரின் இறுதியில் ஜெர்மனியை வெற்றி கொண்டது. அங்கே போன சோவியத்து விஞ்ஞான அறிஞர்கள் வீட்டோ என்கிற ராக்கெட்டையும் அதனுடைய தொழில் நுட்பங்களையும் கைப்பற்றித் தங்கள் நாட்டுக்குக் கொண்டு வந்தார்கள்.

பிறகுதான் சோவியத்திலே விண்வெளி ஆய்வகம் வளர்ந்தது. அதைப்போல ஜெர்மன் நாட்டிலே இந்த ஆய்வுகளில் ஈடுபட்டிருந்த விஞ்ஞானிகள் சிலர் உலகப்போரினுடைய தோல்விக்குப் பிறகு அமெரிக்காவிலே குடி புகுந்தார்கள். அவர்கள்தான் அமெரிக்காவிலே இந்த விண்வெளி ஆய்வை வளர்த்தார்கள்.

எனவே சோவியத்தில் வளர்ந்தது ஜெர்மனியிலே தொடங்கிய ஆய்வு. அமெரிக்காவிலே உருவானது ஜெர்மனியில் இருந்து போன விஞ்ஞானிகள் கொண்டுபோன ஆய்வு. ஜெர்மனி தான் அதனுடைய அடித்தளமாக இருக்கிறது. ஆனாலும்கூட அவற்றைப் பயன்படுத்தி சோவியத்தும் அமெரிக்கர்களும் மிகப்பெரிய வெற்றியை இந்த அறிவியல் உலகத்திலே, விண்ணியல் உலகத்திலே அடைந்திருக்கிறார்கள். அதை மறுக்க முடியாது.

வரலாற்றிலே நாம் குறித்துக்கொள்ள வேண்டிய ஒருசில நாட்கள் உண்டு. 1957-ஆம் ஆண்டு அக்டோபர் மாதம் 4-ஆம் தேதி. அதுதான் முதன் முதலாக விண் வெளியில் ஒரு ராக்கெட் சீறிப் பாய்ந்த நாள். ரஷ்யாதான் அதை அனுப்பிற்று. ஸ்புட்னிக்-1 என்று அதற்குப் பெயர்.

அந்த ஏவுகணைதான் முதன் முதலாக பூமியைச் சுற்றி வந்தது. அதே ஆண்டு நவம்பர் மாதம் அந்த ஏவுகணைக்குள்ளே ஒரு நாயை வைத்து அனுப்பினார்கள். 'லைக்கா' என்று அந்த நாய்க்குப் பெயர். பாருங்கள், வரலாற்றில் முதன் முதலாக ஏவுகணையில் பறந்து காற்று மண்டலத்துக்கு வெளியேபோன பூமியைச் சேர்ந்த ஜீவன் ஒரு நாய்தான். ஆனால் மூன்று வாரத்திற்குப் பிறகு அந்த ஏவுகணையும், அந்த நாயும் அப்படியே எரிந்துபோய் விட்டன. எனினும் அந்த முயற்சி ஒரு பெரிய வெற்றி பெற்றது.

பிறகு நான்கு ஆண்டுகள் ஆயிற்று, 1961-இல் மறுபடியும் சோவியத் ஸ்புட்னிக்-2 என்கிற இன்னொரு ஏவுகணையை அனுப்பியது. முதன் முதலாக ஒரு மனிதன் பயணம் செய்தான், மிகத் துணிச்சலாக அந்த ஏவுகணையிலே. ஏனென்றால் முன்னாலே போன நாய் எரிந்து போயிற்று. இவன் திரும்ப வருவானா என்று தெரியாது. ஆனால் முதன் முதலாக ஒரு மனிதன் யூரிகாகரின் என்பது அவனுடைய பெயர். அவன்தான் முதன் முதலாக விண்வெளியிலே பயணம் செய்தான்.

அதற்குப் பிறகு 62-ஆவது ஆண்டு விண்வெளியிலே எழுந்து நடந்து, நடந்து என்பதைவிட மிதந்துகாட்டிய முதல் பெண்மணி வாலன்டினா என்பதை நாம் அறிவோம். வாலன்டினாவினுடைய பெயர் இன்னமும் வரலாற்றில், அறிவியலின் பக்கங்களில் எழுதப்பட்டிருப்பதற்கான அடிப்படைக் காரணம் அந்த பெண்மணி தான் முதன்முதலாக வான்வெளியிலே மிதந்து பத்திரமாக பூமிக்குத் திரும்பியவர்.

சோவியத்துதான் விண்வெளி ஆய்விலே இப்படிப்பட்ட முயற்சிகளிலே முதல் வெற்றி பெற்றது. ஆனாலும் நிலவில் போய் கால்வைத்த பெருமை அமெரிக்கர்களுக்கு வந்து சேர்ந்தது. அடுத்தடுத்த முயற்சிகளிலே அவர்கள் இருந்தார்கள். அன்றைக்கு அந்தத் தொழில் போட்டி என்பது தொழில் நுட்பப் போட்டியாக, விண்வெளி ஆய்வுப் போட்டியாக அமெரிக்காவுக்கும்,

சோவியத்துக்கும் இடையிலே நடைபெற்றுக் கொண்டிருந்தது. இறுதி வெற்றியை அமெரிக்கர்கள் பெற்றார்கள்.

1969-ஆம் ஆண்டு ஜூலை மாதம் 20-ஆம் தேதி மனித வரலாற்றில் மறக்க முடியாத ஒரு நாள். முதன் முதலாக நிலவில் மனிதன் கால் வைத்தநாள் அது. மூன்றுபேர் போனார்கள். நீல் ஆர்ம்ஸ்ட்ராங், ஆல்ட்ரின், மைக்கெல் கால்வின் என்கிற மூன்று பேர் அந்த ஏவுகணையிலே பயணம் செய்தார்கள்.

அதிலே கூடப் பாருங்கள் மூன்றுபேரும் வான்வெளிக்குப் போனார்கள். ஆனால் மைக்கேல் கால்வின் அந்த ஏவுகணை யிலேயே சுற்றிக் கொண்டிருக்க வேண்டியதாயிற்று. இரண்டு பேர்தான் நிலவில் கால் பதித்தனர். நீல் ஆர்ம்ஸ்ட்ராங்க் தான் முதன் முதலாகச் சந்திரனின் மீது கால் வைத்தார்.

உலகமே அந்த நாளைக் கொண்டாடியது. உலகத்தினுடைய மிகப்பெரிய வெற்றியாக, விஞ்ஞானத்தினுடைய மிகப்பெரிய வெற்றியாக அது அமைந்தது.

சந்திரனில் மனிதன் கால் வைத்தான். நிலவே வா... வா... என்று நாம் அழைத்துக் கொண்டிருந்தோம். நிலா... நிலா... ஓடிவா என்றோம். அது ஓடிவராது என்று தெரிந்தது. சந்திர பகவான் என்று நாம் நம்பிக் கொண்டிருந்தோம். இல்லை சந்திரன் என்பது ஒரு துணைக்கிரகம். பூமியைப்போல அது இன்னொரு கிரகம் என்பதையெல்லாம் அந்த அறிவியல் ஆய்வு இந்த உலகத்திற்கு வெளிப்படுத்தியது.

எனவே அன்றைக்குத்தான் மனிதர்கள் முதன் முதலாக நிலவிலே கால் வைத்தார்கள் என்பதைக் காட்டிலும் முக்கியமானது, ஜூலை மாதம் 24-ஆம்தேதி அவர்கள் பூமிக்குப் பத்திரமாகத் திரும்பி வந்து விட்டார்கள் என்பதுதான். இது விண்வெளி ஆய்விலே மிகப்பெரிய வெற்றிப்படி என்று கருதப்படுகிறது.

அமெரிக்காவுக்கும் சோவியத்துக்கும் இதிலே மிகப்பெரிய பங்கு இருந்தாலும்கூட, இந்த விண்வெளி ஆய்வைத் தொடக்கி வைத்தது ஜெர்மனிதான் என்பதை இந்த நேரத்திலே நாம் நன்றியோடு நினைவுகூரவேண்டும்.

□

மொழியும் சாதியும்

சாதி தமிழர்களைப் பிரிக்கிறது. மொழி தமிழர்களை இணைக்கிறது.

1965-ஆம் ஆண்டு நடைபெற்ற மொழிப் போராட்டத்தைப் பற்றி நான் ஒரு கூட்டத்திலே பேசி முடித்த போது ஓர் இளைஞர் என்னிடத்திலே வந்து கேட்டார், மொழிக்காக இவ்வளவு போராட்டமா? மொழி ஒரு கருவிதானே. அதற்குப் போய் உயிரைக் கொடுப்பார்களா? என்று கேட்டார். மொழி பற்றிய பார்வை நம் அடுத்த தலைமுறையிடம், பொதுவாக நம் சமூகத்திடம் என்னவாக இருக்கிறது என்பதைத்தான் இது காட்டுகிறது.

மொழி ஒரு கருவிதானே என்று பலரும் சொல்கிறார்கள். எதுமாதிரிக் கருவி அது? தினமும் நாம் பல் துலக்குகிறோமே குச்சி அதுபோல, தினமும் சவரம் செய்கிறோமே கத்தி அதுபோல மொழி ஒரு கருவியா? சரி அப்படியே வைத்துக் கொண்டால் கூட கத்தியையும், பல்துலக்குகிற குச்சியையும்கூட நாம் தூய்மையாக வைத்துக் கொள்கிறோம். கருவி என்று வைத்துக் கொண்டால்கூட. நம்முடைய மொழியைத் தூய்மையாக வைத்துக் கொள்ள வேண்டாமா? ஆனால் அடிப்படையில் மொழி ஒரு கருவி என்பதே சரியான புரிதல் அன்று.

கருவி என்பது நம் புறவயமானது. மொழி என்பது அகவய மானது. அதாவது நம் உடம்புக்கு வெளியிலே இருப்பது கருவி. நம் மூளைக்குள்ளே இருப்பது மொழி. நீங்கள் மொழியை ஒரு கருவிபோல உடம்பிலிருந்து அல்லது உணர்வுகளிலிருந்து தனியாகப் பிரித்தெடுத்துவிட முடியாது. நாம் சிந்திப்பதே மொழி மூலமாகத்தான் என்பது முக்கியம். நாம் பேசுவது, எழுதுவது - ஏன் - சிந்திப்பதே ஒரு மொழியின் மூலமாகத்தான்.

பெரும்பாலும் எல்லோரும் அவரவர் தாய்மொழியிலேதான் சிந்திக்கிறார்கள். தாய் மொழியிலேதான் சிந்திக்க முடியும். எனவே தாய்மொழி என்பது மூளையோடு பின்னிப் பிணைந்து, அப்பிக்கிடக்கிற ஒன்று. நீங்கள் மூளையையும், மொழியையும் அவ்வளவு எளிதாகப் பிரித்துவிட முடியாது. நம் சிந்தனை, எழுத்து, பேச்சு எல்லாம் மொழியோடு தொடர்புடையது. இதனை எழுத்தாளர் பொன்னீலன்தான் மிக அழகாகச் சொல்லுவார்.

பிறமொழிகளுக்கும் தாய் மொழிக்குமான வேறுபாட்டை சொல்லுகிறபோது அவர் சொல்லுவார், மற்ற மொழிகள் எல்லா வற்றையும் நாம் பயன்படுத்திக் கொள்ளலாம். ஆனாலும் ஒரு அடிப்படை வேறுபாடு இருக்கிறது. பிற மொழி என்பது அறிவியல் சார்ந்த மொழியாகக் கூட இருக்கலாம். வளர்ந்த மொழியாக இருக்கலாம். இலக்கண இலக்கியங்களின் ஒரே மொழியாகக்கூட இருக்கலாம். ஆனால் அவையெல்லாம் இப்போது போத்தலில் வருகிற தண்ணீர் போல.

மினரல் வாட்டர் என்று சொல்லுகிறோமே, போத்தலில் வருகிற அந்தத் தண்ணீரைப்போல. தாய்மொழி ஆயிரம் மூலிகைகளை அலசிப் பிழிந்து, நூறு வகை மண்ணில் புரண்டு எழுந்து, மலையிலிருந்து இறங்கி, ஆறாக ஓடி இந்த பூமியின் உள்ளும், புறமும் இயங்குகிறதே அந்த ஆற்று நீர் போன்றது என்பார். இயல்பாக இந்த மண்ணோடு தொடர்புடையது, வேறொன்று மில்லை.

இந்த மண்ணோடும், வாழ்க்கையோடும் தொடர்புடையதுதான் இந்த நாட்டு மொழி. அதேபோல நீங்கள் இன்னொரு தேசத்துக்குப் போகிறபோது அவர்களுடைய தாய் மொழிதான் அவர்களுடைய இயல்புக்கும், அவர்களுடைய மரபுக்கும் உரியதாக இருக்கும்.

சுப. வீரபாண்டியன்

தமிழ் அவர்களுக்கு அந்நியமாக இருக்கும். எனவே மொழி என்பது வெறும் கருவி என்றோ, தேவையானபோது மாட்டிக் கொள்கிற சட்டையைப் போன்றது என்றோ கருதக் கூடாது. மொழி என்பது நம் நினைவிருக்கிற வரையில் நம் மூளையோடு ஒட்டிக் கொண்டிருக்கிற நம் வாழ்க்கையோடு பின்னிப் பிணைந்திருக்கிற ஒன்று என்பதை நாம் ஏற்றுக்கொள்ள வேண்டும்.

எனவே மொழி என்பது ஒரு கருவி என்ற புரிதல் சரியன்று. பிறகு இன்னொரு கேள்வி வருகிறது. மதத்தின் அடிப்படையில் ஒன்று படுவதையும், சாதியின் அடிப்படையில் ஒன்றுபடுவதையும் கேள்வி கேட்கிற நீங்கள், மொழியின் அடிப்படையில் தமிழர்களே ஒன்றுபடுங்கள் என்கிறீர்களே, இதுமட்டும் எப்படிச் சரியாக இருக்கும். இதுவும் உலகத்தில் இருக்கிற மற்ற மனிதர்களிடமிருந்து நம்மைப் பிரித்துக்கொள்கிற ஒரு செய்திதானே என்று கேட்கிறார் கள். ஒற்றுமை என்பது ஏதாவது ஒரு அடிப்படையிலே வரவேண்டும். அது எந்த அடிப்படையிலே வரலாம் என்று நீங்கள் எண்ணிப் பாருங்கள். மதத்தின் அடிப்படையில் வருவதை நான் பெரிதாகக் குறைசொல்லவில்லை, நான் மத நம்பிக்கையற்றவனாக இருந்தாலும். காரணம் மதம் என்பது ஒரு நம்பிக்கை... ஒரு அனுபவத்தினுடைய வெளிப்பாடு... வாழ்க்கை முறை.

ஆனால் சாதி என்பது என்ன? என்ன நம்பிக்கை அது? என்ன வெளிப்பாடு? அல்லது எங்கே அதற்கு அடையாளம் இருக்கிறது, சாதிக்கு என்று என்ன தனித்துவம் இருக்கிறது. **சாதி என்பது இந்தியாவிலும், இந்தியாவாக இருந்த நாடுகளிலும் மட்டும்தான் இன்றைக்கு உலகத்திலே இருக்கிறது.** பர்மாவிலே இருக்கிறது, பாகிஸ்தானிலே இருக்கிறது, இலங்கையிலே இருக்கிறது என்று சொன்னால் அவை எல்லாம் ஒரு காலத்திலே இந்தியாவாக இருந்தன. வேறு உலக நாடுகளில் எங்கேயும் சாதி இல்லை.

நீங்கள் ஜெர்மனிக்குப் போனால், கனடாவுக்குப் போனால் அங்கு முதலியாரும் இல்லை... செட்டியாரும் இல்லை... சாதிகள் இல்லை. இந்தச் சாதி என்பது மனிதர்களைப் பிரிக்கிற ஒரு பொய்யான சுவர். ஏன் சாதி அடிப்படையிலே ஒன்றிணையக் கூடாது, மொழி அடிப்படையிலே ஒன்றிணைய வேண்டும்

என்றால், நீங்கள் சாதியையும், மொழியையும் ஒப்பிட்டுப் பாருங்கள். சாதி இல்லாமல் மனிதனால் வாழ முடியும் என்பது மட்டுமல்ல, சாதி இல்லாமல்தான் மனிதன் வாழ வேண்டும். ஆனால் மொழி இல்லாமல் மனிதனால் வாழவே முடியாது.

சாதி மனிதர்களைப் பிரிக்கிறது. மொழி மனிதர்களை இணைக்கிறது. இதுதான் அடிப்படையிலே இரண்டுக்கும் இருக்கிற ஒரு மிகப்பெரிய வேறுபாடு. மொழிதான் தமிழர்கள் அனைவரையும் ஒரே அணியில் இணைக்கிறது. ஆனால் சாதி என்பது தமிழர்களைக் கூறுபோடுகிறது. மேலும் சாதி எதற்குப் பயன்படுகிறது?

மொழி என்பது பேசுவதற்கு... எழுதுவதற்கு... எண்ணுவதற்கு... அனைத்திற்கும் மொழி பயன்படுகிறது. நம்முடைய செயல்பாடுகள் அனைத்தும் சிந்தனையின் அடிப்படையிலே இருக்கின்றன. சிந்தனை அனைத்தும் மொழியினுடைய, தாய்மொழியினுடைய அடிப்படையிலே இருக்கிறது. எனவே, இது தேவையானது... அது தேவையற்றது. இது இயற்கையானது... அது செயற்கையானது. மொழியை யாரும் உருவாக்கவில்லை. சாதி என்பது செயற்கையாக ஒரு ரத்த உறவிலே இருந்து விரிந்து விரிந்து போன உறவுகளினுடைய குழுமம்தான் அது. வேறொன்றுமில்லை. சாதி என்பது ஒரு குழுமம், ஒரு கூட்டுக் குடும்பம், ரத்த உறவுகளுடைய விரிவுதான். ஆனால் மொழி என்பது அப்படி அன்று... மொழி என்பது யாரோ ஒரு மனிதன் உட்கார்ந்து கொண்டு உருவாக்கியது அன்று. மொழி என்பது ஒரு மக்கள் கூட்டத்தினுடைய, சமூகத்தினுடைய விளைபொருள். இயற்கையாகத் தோன்றிய ஒன்று. ஆகையினாலே மொழியை நாம் எப்படிப் பார்க்க வேண்டுமென்றால் வெறும் கருவி என்றோ அல்லது வெறும் எழுத்துக்கும், பேச்சுக்கும் மட்டுக்குமே பயன்படுகிற ஒரு பொருள் என்றோ நாம் மொழியைப் பார்க்கக்கூடாது. மொழி என்பது நம்முடைய சிந்தனையில் கலந்திருக்கிற வாழ்வின் ஒவ்வொரு அசைவிலும் நம்மோடு சேர்ந்திருக்கிற ஒன்று என்று பார்க்க வேண்டும். மொழியையும் மனிதனையும் ஒருநாளும் பிரிக்க முடியாது.

நடிகை – ஒரு சக மனுஷி

திரைப்பட நடிகர்களைப் பற்றிப் பேசுகிற போது பலரும் ஒருமையிலேதான் பேசுகிறார்கள். நல்லா நடிக்கிறான்ல்ல... அவனுக்கு வயசாகிப் போச்சில்ல... என்கிறார்கள். அவன் வயதாகியவன் என்பது தெரிகிறது. அந்த வயதுக்குக்கூட ஒரு மரியாதை கொடுக்காமல் இந்தச் சமூகம் ஒருமையிலே அவன் என்றும்... அவள் என்றும் பேசுகிறது.

பல ஆண்டுகளுக்கு முன்பு ஒரு நடிகை தற்கொலை செய்து கொண்டதாக ஒரு செய்தி வெளியாகி இருந்தது. அது கொலையா? தற்கொலையா? என்பன போன்ற விவாதங்கள் கூட அன்றைக்கு நடந்து கொண்டிருந்தன. அது ஒரு பக்கம் இருக்கட்டும்.

அந்தச் செய்தியைப் பார்த்தபோது, எனக்கு உண்மையாகவே வருத்தமாக இருந்தது. நானும் பக்கத்து வீட்டு இளைஞன் ஒருவனும் பேசிக் கொண்டிருந்தோம். அருமையான நடிகை, மிக நன்றாக உணர்ச்சிகளை முகத்திலேயே காட்டுகிற ஆற்றல் மிக்க நடிகை, இந்தச் சின்ன வயதில் இறந்து போய் விட்டாரே என்கிற வருத்தமும், வேதனையும் என் குரலில் தொனித்தது. அந்த இளைஞன், ''என்ன சார் ஒரு நடிகை இறந்து போனதற்குப் போய் இவ்வளவு வருத்தப்படுறீங்க'' என்று கேட்டான். அது மிகவும் உறுத்தலாக இருந்தது. இவ்வளவுக்கும் அந்த இளைஞன் திரைப்படங்களை மிகவும்

விரும்பிப் பார்க்கிறவன். திரைப்பட நடிகர்களிடம் ஒரு மோகமும் கொண்டவன். அவன் என்னைப் பார்த்து ஒரு நடிகை செத்துப்போனதற்குப்போய் வருத்தப்படுகிறீர்களே என்றான்.

நடிகை மனுஷி இல்லையா? அவளுக்கு உயிர் இல்லையா? அவள் இறந்துபோனால் இந்த சமூகத்தில் அது அவ்வளவு சாதாரணமான ஒரு செய்திதானா? என்கிற கேள்விகள் எனக்குள் வந்தன. நான் மறுபடியும் மறுபடியும் எண்ணிப்பார்க்கிறேன். நம் நாட்டு மக்கள், நம்முடைய திரைப்பட நடிகர், நடிகைகளைப்பற்றி இரண்டு விதமான பார்வையுடையவர்களாக இருக்கிறார்கள். ஒரு பக்கத்திலே அவர்களைத் தங்களுடைய கனவுக் கன்னிகளாக நினைத்துக் கொண்டிருக்கிறார்கள். வீடுகளில் தங்கள் ஏடுகளில் அவர்களின் படங்களையெல்லாம் ஒட்டி வைத்துக் கொண்டிருக்கிறார்கள். அவர்களுடைய உருவெட்டு முகங்களுக்குப் பாலாபிசேகம் செய்கிறார்கள். படம் வெளியாகிற நாளில் வேறு வேலைகளையெல்லாம் விட்டு விட்டு அங்கே நிற்கிறார்கள்.

எனக்கும்கூட அந்தப்பழக்கம் இருந்தது. நான் இளைஞனாக, சிறுவனாக இருக்கிற காலத்தில் எம்.ஜி.ஆர். படம் வெளிவருகிற நாளில், முதல் நாள் முதல் காட்சி பார்க்காவிட்டால் எனக்குத் தூக்கம் வராது. அப்படித்தான் நான் இருந்தேன். இன்றைக்கு ஏராளமான இளைஞர்கள் அப்படித்தான் இருக்கிறார்கள்.

ஆனால் அதே இளைஞர்கள் திரைப்படக் கலைஞர்களை எப்படி மதிக்கிறார்கள் என்று பார்த்தால் எனக்கு வேடிக்கையாக

இருக்கிறது. இந்தச் சமூகம் ஒரு அரசியல்வாதியை மதிக்கிற அளவு அல்லது ஒரு விஞ்ஞானியை மதிக்கிற அளவு அல்லது ஒரு அதிகாரியை மதிக்கிற அளவு இந்தத் திரைப்படக் கலைஞர்களை மதிக்கவில்லை. நாம் பலநேரங்களில் பார்க்கிறபோது திரைப்பட நடிகர்களைப் பற்றிப் பேசுகிறபோது பலரும் ஒருமையிலேதான் பேசுகிறார்கள். நல்லா நடிக்கிறான்ல்ல... அவனுக்கு வயசாகிப் போச்சில்ல... என்கிறார்கள். அவனுக்கு வயசாகிப் போச்சு, ஆக அவன் வயதாகியவன் என்பது தெரிகிறது. அந்த வயதுக்குக்கூட ஒரு மரியாதை கொடுக்காமல் அவனுக்கு வயசாயிடுச்சில்ல... என்று இந்தச் சமூகம் சொல்கிறது... ஒருமையிலே பேசுகிறது. அவன் என்றும்... அவள் என்றும் பேசுகிறது. திரைப்படக் கலைஞர்களை இழிவாகக் கருதுகிறது. இன்னொரு பக்கத்திலே பார்த்தால் திரைப்படக் கலைஞர்கள்தான் எல்லாம் என்பதுபோல் இந்தச் சமூகம் அவர்களைத் தன் தலையில் தூக்கி வைத்துக்கொண்டு ஆடுகிறது. விடுமுறை நாளாக இருந்தாலும்சரி, குடியரசு நாளாக இருந்தாலும்சரி, தீபாவளி என்றாலும்சரி, பொங்கல் என்றாலும்சரி, அத்தனைத் தொலைக்காட்சிகளிலும் திரைப்பட நடிகர்களும், நடிகைகளும்தான் வந்து கொண்டிருக்கிறார்கள். விடுதலை பெறுகிற போது அவர்கள் பிறந்திருப்பார்களா என்று தெரியாது அல்லது விடுதலை பற்றி அறிந்திருப்பார்களா என்பது பற்றியும் தெரியாது. ஆனால் விடுதலை நாளில் அவர்கள்தான் பேசுகிறார்கள். குடியரசு நாளிலும் அவர்கள்தான் பேசுகிறார்கள். இந்தச் சமூகம் தொடர்பே இல்லாமல் அவர்களைத் தலையிலே தூக்கி வைத்துக் கொண்டு ஒரு பக்கத்திலே ஆடுகிறது. இன்னொரு பக்கம் பார்த்தால் அவர்களை இயல்பான மனிதர்களாகக்கூட மதிக்காமல் அவமதிக்கிறது. இந்த இரண்டு நிலைகளும் மிக முரண்பாடான, மிகக் குளறுபடியான ஒரு நிலையாக எனக்குப்பட்டது.

வெளிநாடுகளிலும்கூட கலைஞர்கள் மதிக்கப்படுகிறார்கள். அதற்கும் இதற்கும் ஒரு சிறிய வேறுபாடு உண்டு. ரஷ்யாவுக்குப் போய்வந்த நண்பர்கள் ஒரு கூட்டத்திலே சொன்னார்கள், சர்க்கசிலே வருகிற கலைஞர்களையும் அவர்கள் வெகுவாக மதிக்கிறார்கள். ஒரு காட்சி முடிகிறபோது அமர்ந்து கொண்டுகூடக்

கைதட்டாமல், அவர்களுடைய திறமையைப் பாராட்டுவதற்காக அந்த நாட்டு மக்களெல்லாம் எழுந்து நின்று கைதட்டுகிறார்கள். அதற்கு 'ஸ்டேண்டிங் ஓவேஷன்' என்று அவர்கள் பெயர் சூட்டுகிறார்கள். எழுந்து நின்று கைதட்டுவது. அப்படி ஒரு மரியாதையைக் கலைஞர்களுக்குக் கொடுக்க வேண்டும் என்று கருதுகிறார்கள். மிகச் சரியான ஒன்றுதான். அந்த அரங்கத்தில் அந்தக் காட்சியில் அவர்கள் மதிக்கப்படுகிறார்கள். வெளியே வருகிறபோது அவர்களும் சாதாரண மனிதர்களில் ஒருவராக இருக்கிறார்கள். இங்கே அப்படி இல்லை. இயல்பாக ஒரு நடிகரோ நடிகையோ கடைவீதிக்கு வர முடிவதில்லை. நம்மோடு சேர்ந்து பொது இடங்களிலும் பொது நிகழ்வுகளிலும் பங்கேற்க முடிவதில்லை. அவர்கள் வருகிறபோதே மக்கள் பின்னால் ஓடு கிறார்கள். இன்னமும் சொல்லப்போனால் புகழ் அவர்களுக்கு ஒரு மகிழ்ச்சியாக இருந்தாலும், இன்னொரு பக்கத்திலே மிகப்பெரிய சிரமமாகவும் இருக்கிறது. வெளிநாடுகளில் அப்படி இல்லை.

சுவிட்சர்லாந்திற்கு நான் ஒருமுறை போயிருந்தபோது நண்பர்களோடு ஒரு தேனீர்க் கடையிலே நின்று கொண்டிருந்தேன். வரிசையிலே நின்றுகொண்டிருக்கிறோம், கூட்டம் இருக்கிறது. அந்த வரிசையிலே நின்றுகொண்டிருக்கிறபோது ஒருவர் சொல்கிறார், அதோ பத்துப் பதினைந்து பேர்களுக்கு முன்னாலே ஒருவர் நின்று கொண்டிருக்கிறார் பாருங்கள். அவரைக் கொஞ்சம் பார்த்துக் கொள்ளுங்கள் என்கிறார். பார்த்து விட்டேன். யார் அவர் என்று கேட்டேன். இந்த நாட்டினுடைய புகழ்பெற்ற திரைப்படக் கலைஞர்களில் அவரும் ஒருவர் என்று சொன்னார். அவரிடம் யாரும் அங்கு கையெழுத்துகூடக் கேட்கவில்லை. யாரும் அவரை எட்டி எட்டிப்பார்க்கவில்லை. திரைப்படத்திலே நடிக்கிற போது அவர் ஒரு பெரிய கலைஞர். ஆனால் தேநீரகத்திலே நம்மோடு இருக்கிற சக மனிதர், அவ்வளவுதான். அவர் இங்கு வந்து கொண்டிருக்கிற பாதையிலே தேனீர் அருந்துவதற்காக வந்திருக் கிறார். அவர் வேலையை அவர் பார்க்கிறார். நம்வேலையை நாம் பார்க்கிறோம் என்கிற நிலை அங்கு இருக்கிறது.

ஆனால் இங்கு அப்படியில்லை, ஒரு பக்கத்திலே அவர்களைச் சூழ்ந்து கொள்வது, அவர்களை வேடிக்கை பார்ப்பது. திருமண

வீட்டுக்கு ஒரு நடிகர் வந்தால்கூட மணமக்களை விட்டு விட்டு எல்லோரும் நடிகரைத்தான் பார்த்துக் கொண்டிருக்கிறார்கள். திருமண வீட்டிலாவது மணமக்கள் கதாநாயகர்களாக இருக்க வேண்டாமா? வேறு இடங்களில் அவர்கள் இருக்கப்போவதில்லை. எனவே திருமண வீட்டில்கூட மணமகனையும், மணமகளையும் விட்டுவிட்டு நடிகர்களைப் பார்த்துக்கொண்டிருக்கிறோம்.

ஆனால் அதே நடிகரோ, அதே நடிகையோ இறந்துபோனால் இந்தச் சமூகம் வருத்தப்படுவதைக்கூட இழிவாகக் கருதுகிறது என்று சொன்னால் அவர்களை நாம் மதிக்கிறோமா... அவமதிக் கிறோமா... என்கிற ஒரு கேள்வி வருகிறது. இரண்டுக்கும் இடையில் நாம் என்ன கற்றுக்கொள்ள வேண்டுமென்றால் கலைஞர்களை மதிக்க வேண்டும். அந்தக் கலை, அதற்குரிய இடம் அந்த அளவில் மட்டுமே மதிக்க வேண்டும். அவர்களை எல்லாத்துறையிலும் முன்னிறுத்துவது அல்லது எல்லா இடத்திலும் அவர்களை இழிவாகப் பேசுவது, அவர்களைப் பற்றி எதுவேண்டுமானாலும் கிசுகிசு செய்கிறபோது அவர்களுடைய சொந்த வாழ்க்கையைப் பற்றியோ அவர்களுடைய மனநலம் பற்றியோ கருதாமல் இருப்பது என்கிற இரண்டு துருவங்களில் இருக்கிற நிலை மிக மோசமானது. நாம் கலையை ரசிப்போம்... கலைஞர்களை ரசிப்போம்... ஆனால் ஒருநாளும் அவர்களைத் தலையில் தூக்கி வைத்து ஆடவும் மாட்டோம், அவமதிக்கவும் மாட்டோம் என்கிற நிலை நம் சமூகத்துக்கு வரவேண்டும்.

□

இராகுகாலம்

படித்து நிறைய மதிப்பெண்கள் பெற்று அந்த மாவட்டத்துக்கே ஆட்சியராக வந்தபோது எல்லா புதியத் திட்டங்களுக்கும் ராகுகாலம்தான் கையெழுத்துப் போட்டது. அப்போது அதை யாரும் மறுக்க வில்லை. திட்டங்கள் நிறைவேற வேண்டும். அதற்கு ராகுகாலமாக இருந்தால் என்ன? எமகண்டமாக இருந்தால் என்ன? என்று எல்லோரும் ஏற்றுக் கொண்டார்கள்.

தமிழறிஞர் பேராசிரியர் நன்னன் அவர்கள் நன்னன்குடி என்ற அமைப்பின் சார்பில் ஆண்டு தோறும் சிறுகதை மற்றும் சில இலக்கியப் போட்டிகளை நடத்திப் பரிசுகளை அளித்து வருகிறார். கடந்த ஆண்டு எழுத்தாளர் பர்வின் பானு எழுதிய இராகுகாலம் என்ற ஒரு கதை பரிசு பெற்று இருக்கிறது. அந்தக் கதை நம்முடைய சிந்தனையைத் தூண்டுவதாகவும், ஒரு குழந்தை யினுடைய பெயர் இந்தச் சமுதாயத்தில் எத்தனை விதமான சங்கடங்களை அதற்குக் கொண்டு வருகிறது என்பது குறித்தும் நமக்குச் சொல்லுகிறது.

அப்பாத்துரை என்கிற ஓர் இளைஞன், பகுத்தறிவுச் சிந்தனை உடையவன். மரபுகளில் இருந்தும் சடங்குகளில் இருந்தும் மீறிப் புதுமையாகச் செயல்பட வேண்டும் என்று விரும்புகிறவன். அந்த விருப்பத்தின் அடிப்படையில் கல்யாணி என்கிற பெண்ணைத் தாலி இல்லாமல், சடங்குகள் இல்லாமல், மந்திரம் இல்லாமல் திருமணம் செய்து

கொள்கிறான். உற்றார் உறவினர் எதிர்ப்புகளுக்கு இடையிலேதான் அந்தத் திருமணம் நடைபெறுகிறது. அவன் நம்பிக்கையோடு இருக்கிறான்... இந்தச் சடங்குகள் எல்லாம் இல்லாத திருமணத்தினால் ஒன்றும் கேடு வந்து விடாது என்று அவன் கருதுகிறான்.

அவனுக்குத் திருமணம் ஆகி ஏழு, எட்டு ஆண்டுகளுக்குக் குழந்தை பிறக்கவில்லை. அதையே ஒரு காரணமாக எல்லோரும் சொல்லத் தொடங்குகிறார்கள். அப்பாத்துரையினுடைய தாயும் அதை எண்ணி எண்ணிக் கவலைப்படுகிறாள். சொன்னா கேட்டியாடா? தாலி இல்லாம கல்யாணம் பண்ணினியே... சாமி குத்தம் ஆகிப் போச்சு பாத்தியா... மந்திரம் இல்லாம கல்யாணம் பண்ணினியே பிள்ளை இல்லாம போச்சு பாத்தியா? என்று சொல்லிச் சொல்லி அந்தத் தாய் கவலைப்படுகிறாள். அப்பாத்துரை சொல்லுகிறான், அம்மா இதற்கும் அதற்கும் எந்தத் தொடர்பும் இல்லை, குழந்தை பிறக்கும் கவலைப் படாதே என்று சொல்லுகிறான். திருமணம் ஆன நேரத்திலே எல்லா நம்பிக்கைகளையும் உடையவளாக இருந்த அவனுடைய மனைவி கல்யாணியும், கொஞ்சம் கொஞ்சமாக மாறி அந்த நம்பிக்கைகளிலே இருந்து விடுபட்டு, ஏறத்தாழ இவனுடைய கருத்துக்கு வந்து சேர்ந்திருக்கிறாள். அதுவே பெரும் மகிழ்ச்சியாக இருக்கிறது. இந்த மகிழ்ச்சியே அவர்களிடத்தில் ஒரு நெருக்கத்தை உருவாக்குகிறது. அந்த நெருக்கமே அவளைக் கர்ப்பிணியாக ஆக்குகிறது. அடுத்த ஆண்டு அவளுக்குக் குழந்தை பிறக்கிறது.

குழந்தை பிறக்கிற நேரத்திலே அதற்கு என்ன பெயர் வைப்பது என்று எல்லோருக்கும் இடையிலே ஒரு பிரச்சனை வருகிறது. இவன் இனியவன் என்று ஒரு பெயரைச் சொல்லுகிறான். எல்லோரும் சிரிக்கிறார்கள். அது என்ன பெயர் இனியவன், புதியவன் என்று பெயர் வைத்துக் கொண்டு என்று சொல்லுகிற போது அவன் மைத்துனன் கேலியாகச் சொல்லுகிறான், மாமா எல்லாத்துலேயும் எடக்கு பண்ணுகிற நீங்க இதிலேயும் ஏதாவது பண்ணி வைக்காதீக. போற போக்கப் பார்த்தா அந்தக் குழந்தை பிறந்த நேரத்தையே பெயரா வைத்துவிடுவீர்கள் போல இருக்கே என்கிறான். ஒரு செவ்வாய்க்கிழமையில் ராகுகாலத்தில் அந்தக் குழந்தை பிறந்திருக்கிறது. எனவே பிறந்த நேரத்தை அதாவது ராகுகாலம் என்று பெயர் வைத்துவிடுவாய் போல இருக்கே மாமா

என்று மைத்துனன் கேலியாய்ச் சொன்னது, பட்டென்று பொறியாய் அவன் மனதில் பற்றிக்கொண்டது. நல்லாதானே இருக்கு பெயர். அதையே வைத்தால் என்ன என்று கருதுகிறான். குழந்தைக்கு ராகுகாலம் என்று பெயர் சூட்டப்படுகிறது. இதுதான் அந்தக் கதையினுடைய திருப்பம். யாருமே ராகுகாலம் என்று பெயர் வைக்க அச்சப்படுவார்கள். நம்முடைய பெயர்களே எப்படி வைக்கப்படுகின்றன என்றால், அழகான தமிழ்ப் பெயர்கள் வைக்கவேண்டிய வீடுகளிலே மண்ணாங்கட்டி, அமாவாசை என்றும் நாம் ஏன் பெயர் வைக்கிறோம். விரும்பி வைக்கிற பெயர்கள் அல்ல. ஒடுக்கப்பட்ட சாதி மக்கள் அப்படித்தான் பெயர் வைக்க வேண்டும் என்று ஓர் அழுத்தம், ஒரு தீர்மானம் அவர்கள் மீது திணிக்கப்படுகிற காரணத்தினாலே வேறு வழியில்லாமல்தான் அப்படிப் பெயர் வைத்துக் கொள்கிறார்கள். ஆனால் இவன் விரும்பி வைக்கிறான், ராகுகாலம் என்று பெயர் வைக்கிறான்.

என்னிடத்திலே படித்த ஒரு மாணவனுடைய பெயர் தலைவன் என்பது. அவன் ஒடுக்கப்பட்ட சாதியிலே பிறந்த பிள்ளை. ஆனால் நீங்கள் எண்ணிப் பாருங்கள். ஆசிரியரிலே இருந்து, முதல்வரிலே இருந்து எல்லோரும் அவனைத் தலைவா என்றுதான் கூப்பிட வேண்டி இருந்தது. அதற்காகத்தான் அவன் அப்பா அவனுக்குப் பெயர் வைத்திருக்கிறார். அதே போல இவன் ராகுகாலம் என்று பெயர் வைக்கிறான். அது அந்தக் குழந்தையினுடைய வாழ்க்கை யில் எத்தனை பெரிய மாற்றங்களை, ஏமாற்றங்களையெல்லாம் ஏற்படுத்தியது என்பது கதை சொல்லுகிற ஒரு செய்தி. அவன் எங்கே போனாலும், மற்றவர்கள் அச்சப்படுகிறார்கள். ராகுகாலம் வந்திருச்சி என்கிறான் ஒருத்தன். அவன் வந்தாலே பயப்படுகிறார்கள்.

ஒருநாள் பொங்கல் வைக்கிறபோது அந்த இடத்திலே ஒரு பிரச்சனை வருகிறது. அவர்கள் அடுப்பு ஏற்றுகிறபோது அடுப்பு அணைந்து போகிறது, உடனே இந்த ராகுகாலம் வந்து நின்ற தினாலேதான் அணைந்து போய்விட்டது என்று மற்றவர்களெல்லாம் சொல்லுகிறபோது அந்தக் குழந்தை அழுதுகொண்டே தன் தாயிடம் வருகிறது. அப்பாகூட கோபித்துக் கொள்கிறார். நீ ஏன் அந்த இடத்திற்கெல்லாம் போற. உன்னைப்

பற்றிதான் அப்படி பேசுவான்க என்று தெரியுமே என்கிறான். தாய்தான் அரவணைத்துக் கொள்கிறாள். எந்தத்தாய் திருமணத் தின்போது மூட நம்பிக்கைகளை எல்லாம் கொண்டவளாக இருந்தாளோ, அந்தத்தாய் மாறி இன்றைக்கு அரவணைத்துச் சொல்லுகிறாள், அடுப்பு அணைந்ததற்கும் உன் பெயருக்கும் என்ன தொடர்பு. அப்படி அவர்கள் நினைத்தாலும்கூட நீயும் அதற்காக அழுதால் அதை நீயும் ஏற்றுக்கொள்கிறாய் என்பதல்லவா பொருள். ராகுகாலம் என்கிற பெயரில் ஒரு தப்பும் இல்லே. நீ துணிச்சலாக இரு. நீ ஒழுங்காய்ப் படி, நீ கண்டிப்பாக மேலே வர முடியும் என்கிற அந்த நம்பிக்கையை அந்தக் குழந்தைக்குத் தாய் கொடுத்தபோது, அவனுக்கு முதன் முதலாக ஒரு புதிய நம்பிக்கை துளிர் விடுகிறது. இனி யார் கேலி செய்தாலும் அதைப் பற்றிக் கவலைப்படுவ தில்லை என்று ஒரு முடிவுக்கு வருகிறான்.

வகுப்பறையிலேகூட ஆசிரியர் வருகைப் பதிவேடு எடுக்கிறபோது, மனோகரன் உள்ளேன் ஐயா, சிவசாமி உள்ளேன் ஐயா, ராகுகாலம் என்று கூப்பிடுகிறபோது இவன் எழுந்து உள்ளேன் ஐயா என்று சொல்லுவதற்கு முன்னாலே வகுப்பு முழுவதும் ஒரு சிரிப்பு அலை பரவுகிறது. ஆனால் அவன் அதைப்பற்றிக் கவலைப்படவில்லை. ராகுகாலம் என்று யார் சிரித்தாலும் அதுதான் என் பெயர் என்று சொல்லுகிறான். அன்றைக்கு மாறிப்போனவன் கடைசி வரைக்கும் கவலைப்பட வில்லை. அந்தக்கதை என்னவாக முடிகிறது என்றால் எல்லோரையும் தாண்டிப் படித்து நிறைய மதிப்பெண்கள் பெற்று அந்த மாவட்டத்துக்கே ஆட்சியராக, கலெக்டராக அந்த ராகுகாலம் வந்தபோது எல்லா இடங்களிலும் ராகுகாலம்தான் கையெழுத்துப் போட்டது. எல்லாப் புதியத் திட்டங்களுக்கும் ராகுகாலம்தான் கையெழுத்துப்போட்டது. அப்போது அதை யாரும் மறுக்க வில்லை. திட்டங்கள் நிறைவேற வேண்டும். அதற்கு ராகுகாலமாக இருந்தால் என்ன? எமகண்டமாக இருந்தால் என்ன? என்று எல்லோரும் ஏற்றுக் கொண்டார்கள். பெயர்களிலே ஒன்றுமில்லை, அது வெறும் மூடநம்பிக்கை. மூடநம்பிக்கைகள் நம்மைக் கீழே சாய்க்கும். படிப்பும், உழைப்பும்தான் ஒரு மனிதனை ஆக்கும், ஒரு சமூகத்தை உயர்த்தும் என்பதை அந்தக்கதை மிகத் தெளிவாகவும், அழகாகவும் நமக்கு விளக்குகிறது.

□

அமெரிக்காவிலே...

நீருக்கு மேலே ஏராளமான மரத்தூள்களை மிக அழகாகத் தூவி விட்டால், நீருக்கு அடியிலே மிதந்து போய்க்கொண்டிருக்கிற பெரிய கட்டை கண்ணுக்குத் தெரியாது.

சோவியத்து நாட்டினுடைய மிகப் புகழ்பெற்ற எழுத்தாளரான மக்சிம் கார்க்கி, தான் அமெரிக்காவுக்குப் போய்வந்த அனுபவங்களையெல்லாம் தொகுத்து ஒரு சிறு நூலாக வெளியிட்டிருக்கிறார். அவர் ஒரு கடுமையான அமெரிக்க எதிர்ப்பாளர் என்பதை நாம் அறிவோம். அதனால்தான் அவருக்கு அங்கு இருக்கிற சுதந்திர தேவியினுடைய சிலைகூட எப்படித் தெரிகிறது தெரியுமா? பொதுவாக அமெரிக்காவிலே இருக்கிற சுதந்திர தேவியினுடைய சிலையை உலக நாடுகளுக்கெல்லாம் ஒளியேற்றிக் காட்டுகிற சிலை என்று சொல்லுவார்கள். ஆனால் கார்க்கி அப்படிச் சொல்லவில்லை. கையிலே தீப்பந்தத்தோடு அடுத்து எந்த நாட்டைச் சுரண்டலாம் என்று அந்த தேவியின் சிலை பார்க்கிறது என்று அவர் எழுதுவார். அவருடைய பார்வையில் அவர் அனுபவங்களை அமெரிக்காவுக்குப் போய் வந்த பிறகு எழுதினார். அதில் மிகவும் சுவையான சில அனுபவங்கள் உண்டு.

ஒரு நாள் திரையரங்கத்திலே அமர்ந்து ஒரு படத்தைப் பார்த்துக் கொண்டிருக்கிறபோது திடீரென்று ஒரு சின்னக் கலவரம். ஒரு கணவரும் அவருடைய மனைவியும் சண்டை போட்டுக்

கொள்கிறார்கள். திடீரென்று அந்த மனிதர் தன்னுடைய மனைவியைப் போட்டு அடிக்கிறார். சுற்றி இருக்கிறவர்களெல்லாம் அதைத் தடுக்க முயற்சிக்கிறார்கள். அவர் அடிக்கிறார், அந்த அம்மா ஓ...! என்று கத்துகிறார். இப்படி அமெரிக்காவில் ஒரு நிகழ்ச்சி நடக்கிறது. அவருக்கு அது வியப்பாக இருக்கிறது. அவர் அப்படியெல்லாம் அமெரிக்காவிலே இருக்காது என்று நினைத்துக் கொண்டிருந்தார். அடுத்தநாள் பத்திரிகைகளிலே அந்தச் செய்தி பெரிய செய்தியாக, ஒரு திரையரங்கத்திலே கலவரம். கணவனும் மனைவியும் ஒரு பொது இடத்திலே இப்படி அடித்துக் கொள்கிறார்கள் என்று வருகிறது.

பிறகு அதேபோல இன்னொரு இடத்தில் இன்னொரு மனிதனைப் பார்க்கிறார். குடித்து விட்டு நடுச்சாலையிலே அவர் கலகம் செய்கிறார். அங்கெல்லாம் குடிப்பது பெரிய காரியமில்லை. நம்முடைய நாட்டைப்போல குடித்துவிட்ட உடனேயே சாலைக்கு

ரே.மன் ரோலனுடன் மக்ஸிம் கார்க்கி

வருகிற பழக்கமும் அங்கு இல்லை. உணவகங்கள் என்பவை பெரும்பாலும் சாலை ஓரங்களிலேதான் இருக்கும். அங்கு மது அருந்துவது என்பது குளிர்காலத்திற்கேற்ற இயல்பான ஒரு பழக்கமே தவிர, குடித்த உடனே அங்கு ஆடுகிறவர்களை நாம் பார்ப்பதில்லை. ஆனால் அமெரிக்காவிலே அப்படியும் ஒரு காட்சியைக் கார்க்கி பார்க்கிறார். அதுவும் அடுத்தநாள் பெரிய செய்தியாக வருகிறது.

இவருக்கு அமெரிக்காவைப் பற்றிக் குழப்பமாக இருக்கிறது. தான் கருதிக்கொண்டு வந்த நிலைக்கும் இங்கு நடக்கிற நிலைகளுக்கும் இடையிலே பெரிய வேறுபாடு இருக்கிறது என்று நினைக்கிறார். பிறகு ஒருநாள் தற்செயலாக அந்த திரையரங் கத்திலே பார்த்த மனிதரை ஓர் இடத்திலே சந்திக்கிறார். எழுந்துபோய் அவர் அருகிலே அமர்ந்து கொண்டு எனக்கு உங்களைத் தெரியும் என்கிறார். அந்த மனிதர் இவரைப் பார்த்து விழிக்கிறார். என்னை எப்படி உங்களுக்குத் தெரியும் என்று கேட்கிறார். பத்து நாட்களுக்கு முன்பு திரையரங்கத்தில் உங்கள் மனைவியைப் போட்டு அடித்தீர்களே? அடுத்தநாள் செய்தித்தாள்களில் எல்லாம் வந்ததே, நான் அங்குதான் இருந்தேன். ஏன் இப்படி நடந்து கொண்டீர்கள்? என அவர் கேட்கிறார்.

அதற்கு அவர் சிரித்தபடியே சரி... அதை விடுங்கள், வேறு எதைப் பற்றியாவது பேசுவோம் என்கிறார். இல்லை... இல்லை நான் இதைப்பற்றித்தான் பேச விரும்புகிறேன். நான் உங்கள் நாட்டுக்காரன் அல்ல... வெளிநாட்டுக்காரன்... இங்கு ஏன் இப்படி நடக்கிறது. அமெரிக்காவைப்பற்றி வெளியிலே எங்களுக்கெல்லாம் இருக்கிற பார்வை வேறாக இருக்கிறது. நீங்கள் பொது இடத்தில் மனைவியைப் போட்டு அடிக்கிறீர்களே என்ற உடனே அவர் சொல்கிறார்: இதை இனி விடவே மாட்டீர்களா? சரி... கேட்டுக் கொள்ளுங்கள். அவள் என் மனைவியே இல்லை என்று அவர் பதில் சொல்கிறார். மனைவியே இல்லாத ஒரு பெண்ணை அடித்தீர்களா? அது இன்னும் மோசமாயிற்றே என்று கார்க்கி கேட்கிறார். மனைவியை அடிப்பது மோசமில்லை என்று அதற்குப் பொருளன்று. யாரோ ஒரு பெண்ணை அடிப்பது கலவரத்தை அல்லவா விதைக்கும் என்று அவர் சொல்லுகிறபோது, ''நீங்கள்

இவ்வளவு நெருக்கிக் கேட்பதால் சொல்லுகிறேன். அதுவும் வெளிநாட்டுக்காரர் என்பதால் சொல்லுகிறேன். நான் கணவனுமல்ல, அவள் மனைவியுமல்ல... எங்களுக்குள் எந்தச் சிக்கலுமில்லை, அங்கு நடந்தது வெறும் நாடகம்'' என்று சொல்கிறார். அதைப்போலவே கொஞ்ச நாட்களுக்கு முன்புகூட ஒருவன் குடித்துவிட்டுக் கலகம் செய்தான் என்று வந்ததே அதுவும் சின்ன நாடகம்தான் என்கிறார். எதற்காக இப்படி ஒரு நாடகத்தை நீங்கள் அரங்கேற்றுகிறீர்கள் என்று கேட்டால் இதற்கு எங்களுக்குப் பணம் கொடுக்கிறார்கள். மாதச் சம்பளமும் கொடுக்கிறார்கள் என்கிறார்.

கார்க்கிக்குப் புரியவில்லை. இதற்குச் சம்பளம் கொடுக்கிறார்களா? திரையரங்கத்திலே மனைவி மாதிரி ஒரு பெண்ணை அழைத்துக் கொண்டுபோய் அடிப்பதற்கும் கலவரம் செய்வதற்கும் எதற்காகப் பணம் கொடுக்கிறார்கள் என்றால் அந்த மனிதர் அதை விளக்கிச் சொல்லுகிறபோது கார்க்கிக்கு மிகவும் அதிசயமாகவும் இருக்கிறது. அதிர்ச்சியாகவும் இருக்கிறது. இப்படிச் சில குழுக்கள் இருக்கின்றன. இதுபோன்ற சின்னச்சின்னக் கலவரங்களைத் திட்டமிட்டு அவர்கள் ஏற்படுத்துகிறார்கள். அதற்கு என்னைப் போன்றவர்களைக் கூலியாக வைத்துக் கொள்கிறார்கள். அதிலே அவர்களுக்கு ஒரு பெரிய நன்மை இருக்கிறது. நீங்கள் அடித்துக் கொள்வதிலே அவர்களுக்கு என்ன நன்மை இருக்கிறது என்று கார்க்கி கேட்டார். வேறொன்றுமில்லை... எப்போதும் பெரிய தவறுகளை மறைக்க வேண்டுமென்றால், சிறிய தவறுகளை பெரிதாக்க வேண்டும். இதுதான் அதனுடைய சூத்திரம். சின்னச் சின்னத் தவறுகளைப் பெரிதாக்கி ஊடகங்கள் எல்லாம் அதைப்பற்றி எழுதி, அதைப்பற்றிப் பலர் கருத்தும் தெரிவிக்கிறார்கள். பொது இடத்திலே மனைவியை அடிக்கலாமா? கூடாதா? அதுபற்றி ஒரு விவாதம். எனவே உண்மையான தவறுகள் எங்கே நடக்கிறதோ அதை விட்டு விட்டு ஒன்றுமில்லாத ஒன்றைப் பெரிதாக்கித் திசை திருப்புகிற ஒரு உத்திதான் இது.

சாதாரண ஒரு செய்தியைப் பெரிதாக்கித் திசை திருப்புகிற இந்த வேலையை அந்தக் குழுவினர் திட்டமிட்டு செய்து

கொண்டிருக்கிறார்கள். இது எப்படியென்றால் நீருக்கு மேலே ஏராளமான மரத்தூள்களை மிக அழகாகத் தூவி விட்டால், நீருக்கு அடியிலே மிதந்து போய்க்கொண்டிருக்கிற பெரிய கட்டை கண்ணுக்குத் தெரியாது. எனவே இப்படிச் சின்னச் சின்ன விஷயங்களைப் பெரிதாக்கி விட்டால் இதுபற்றி யாரும் பேச மாட்டார்கள். கார்க்கிக்கு வியப்பாக இருந்தது. இப்படித்தான் இந்த முதலாளித்துவம் தன்னுடைய தவறுகளையெல்லாம் மறைத்துக் கொள்கிறது என்றெல்லாம் 'அமெரிக்காவிலே' என்கிற புத்தகத்திலே கார்க்கி குறிப்பிடுகிறார்.

இப்படித் திட்டமிடாமலேயே இங்கே நடக்கிறது. நம்முடைய நாட்டிலே பெரும்பாலும் எவையெல்லாம் பெரிய சிக்கல்கள் இல்லையோ, அவையெல்லாம் தான் சிக்கல்களாகப் பேசப்படு கின்றன. அதை Non - issues என்று சொல்லுவார்கள். (நான் இஷ்யூஸ்தான் இங்கு இஷ்யூசாக இருக்கிறது.) எவையெல்லாம் பிரச்சனை இல்லையோ அவையெல்லாம் பெரிய பிரச்சினை யாகப் பேசப்படுகிறது. எதற்காக என்றால் உண்மையான பிரச்னைகள் பேசப்படாமல் இருக்க வேண்டும் என்பதற்காகத்தான். எப்போதும் போலியான எதிரியை நம் கண்ணுக்கு அடையாளம் காட்டினால் யார் உண்மையிலேயே எதிரியோ அவனை நாம் கண்டுகொள்ளாமல் விட்டுவிடுவோம் என்பதுதான் இதற்குள்ளே இருக்கிற தத்துவம். ஒரு நாடகம்போல இதனைக் கதை சார்ந்த போக்கிலே கார்க்கி விளக்குகிறார்.

அமெரிக்காவிலே என்ற அந்தப் புத்தகத்தைப் படிக்கிறபோது நமக்கு அமெரிக்காவைப்பற்றி ஆயிரம் தகவல்கள் கிடைக்கின்றன. அமெரிக்காவைப்பற்றிய பல சிந்தனைகள் வருகின்றன. நம் முடைய பிள்ளைகளுக்கு, அதுவும் நம்முடைய இளைய தலை முறையினருக்கு வாழ்க்கையின் லட்சியமே எப்படியாவது அமெரிக்காவுக்குப் போய்ச் சேர்ந்து விடவேண்டும் என்பதாகத் தான் இருக்கிறது. அமெரிக்கா என்பது பூமியிலுள்ள, சொர்க்கத்தி னுடைய ஒரு பகுதி என்று கருதிக்கொண்டு இருக்கிற இளைஞர்கள் இருக்கிறார்கள். அமெரிக்கா வளமான நாடு என்பதிலும், தொழில்

நுட்பத்திலே வளர்ந்து இருக்கிறது என்பதிலும் மாற்றுக்கருத்து இல்லை.

ஆனால் எல்லா நாடுகளிலும் மனிதர்கள் இருக்கிறார்கள். மனிதர்கள் இருக்கிற எல்லா இடங்களிலும் குறைபாடுகளும் இருக்கின்றன என்பதுதான் அடிப்படை. அங்கே இருக்கிற குறைபாடுகள் வித்தியாசமானவை. அவை நம்மை ஏமாற்றக் கூடியவையாகவும் இருக்கின்றன. நாம் எச்சரிக்கையாக இருக்க வேண்டும் என்பதைக் கார்க்கியினுடைய அந்தப் புத்தகம் விளக்குகிறது. அது சின்ன நூல்தான். ஆனால் அந்த நூலில் இதுபோன்ற ஏராளமான சுவையான பல நிகழ்வுகள் பதிவு செய்யப்பட்டிருக்கின்றன.

□

ஆசையை நிரப்ப முடியாது

தேவைக்குப் பொருள்வாங்குவதற்கும்... ஆசைக்குப் பொருள் வாங்குவதற்கும் பெரிய வேறுபாடு இருக்கிறது. ஏனென்றால் தேவை களை நிரப்ப முடியும். ஆசைகளை நிரப்ப முடியாது.

நுகர்வுக் கலாச்சாரம் என்பது நாளுக்கு நாள் கூடிக்கொண்டே போகிறது. நுகர்வுக் கலாச்சாரம் என்றால் பொருட்களை வாங்கிக் குவிப்பது. நமக்குப் பொருட்கள் தேவை. ஆனால் தேவையில்லாத பொருட்களையெல்லாம் வாங்கிக் குவிக்கிற பழக்கம் இன்றைக்கு நம்மிடத்திலே கூடிக்கொண்டே போகிறது. பக்கத்து வீட்டிலே இருக்கிறது, அடுத்த வீட்டிலே இருக்கிறது, எதிர் வீட்டிலே இருக்கிறது, நம் வீட்டிற்கு அது வேண்டும். நம் வீட்டுக்கு அது தேவையா இல்லையா என்பதில்லை. அவர்கள் வீட்டில் இருப்பதால் நம் வீட்டுக்கும் தேவை. பிறரைப்போல நாமும் உயர வேண்டும் என்று கருதிக் கொண்டு, பொருட்களைச் சேர்ப்பதுதான் உயர்வு என்கிற தவறான எண்ணத்திலே இப்படி ஒரு நுகர்வுக் கலாச்சாரம் உயர்ந்து கொண்டே போகிறது.

இன்றைக்கு மாநகரங்களிலே மளிகைக் கடைகள் கொஞ்சங்கொஞ்சமாய்க் குறைந்து பல்பொருள் அங்காடிகள் குவிந்து கொண்டிருக்கின்றன. நகரங்களுக்கும் அந்த நிலை வந்து விடும். சூப்பர் மார்க்கெட் என்பது இன்னும் கொஞ்ச நாள்களிலே சிற்றூர்களிலும்கூட வந்து விடும். இவையெல்லாம்

வளர்ச்சிதான் நான் மறுக்கவில்லை. குதிரை வண்டிகள் காணாமல் போய் விட்டன. ஆட்டோ ரிக்ஷாக்கள் இருக்கின்றன. வெளிநாடு களுக்குப்போய்ப் பார்த்தால் ஆட்டோ ரிக்ஷாக்களும் இல்லை. ரிக்ஷாக்களும் இல்லை. பெரும்பாலும் மகிழுந்துகள்... கார்கள்தான் அங்கு இருக்கின்றன. எனவே ஒரே வகையான வடிவத்தை நோக்கி, வளர்ச்சியை நோக்கி இயல்பாகப் போய்க்கொண்டிருப்பது என்பது உண்மைதான். ஆனாலும்கூட இந்த மாற்றங்களில் நாம் கொஞ்சம் கவனமாக இருக்க வேண்டும். அதிலும் குறிப்பாக நடுத்தட்டு மக்கள் கூடுதல் கவனமாக இருக்க வேண்டும். அவர்கள்தான் முதலில் பாதிக்கப்படுகிறவர்கள்.

ஏனென்றால் ஒடுக்கப்பட்ட உழைக்கின்ற ஏழை மக்களுக்கு இவற்றையெல்லாம் வாங்குவதற்குப் பணம் இல்லை. எனவே அதைப்பற்றி அவர்கள் கவலைப்படவில்லை. நிறையப் பணம்

சம்பாதிக்கிற மேல்தட்டு மக்கள் இதை வாங்குவதிலே பெரிய சிக்கல் இல்லை. இந்த நடுத்தட்டு மக்கள்தான், பெரும்பான்மைப்

பொருள்களை வாங்கிக் குவிப்பதன் மூலம் மட்டுமே நாம் பணக்காரர்கள் என்று கருதிக்கொள்கிற நிலை வந்து கொண்டிருக்கிறது. மளிகைக்கடைகளுக்கும்... இந்த பல்பொருள் அங்காடிகளுக்கும் இடையே என்ன பெரிய வேறுபாடு என்றால் மளிகைக்கடையிலே போகிறபோது, இந்தமாதம் நமக்கு என்னென்ன பொருள்கள் வேண்டும் என்று நாம் பட்டியலை எழுதிக் கொடுக்கிறோம். அதைக்கடைக்காரர்கள் எடுத்துத் தருகிறார்கள். அந்த கடைக்குள் என்னவெல்லாம் இருக்கிறதோ நமக்குத் தெரியாது. ஆனால் இந்த பல்பொருள் அங்காடிகளுக்கு உள்ளே போகிறபோது, நாமே பொருள்களைத் தேர்ந்தெடுக்கிறோம். ஒவ்வொரு வரிசையாகப் போகிறோம். அந்தப் பொருள்கள் எல்லாம் அழகாகத் தூய்மையாக அடுக்கி வைக்கப்பட்டிருக்கின்றன.

எனவே நமக்கு எந்தப்பொருளைப் பார்த்தாலும் ஓர் ஆசை வருகிறது. இதை வாங்கவேண்டும்... அதை வாங்க வேண்டும்... தேவை இல்லை என்றாலும்கூட நமக்குப் பிடித்ததை எல்லாம் எடுக்கிறோம், இரண்டுக்கும் என்ன வேறுபாடு பார்த்தீர்களா? மளிகைக்கடையில் நம் தேவைக்குப் பொருள் வாங்குகிறோம். இங்கே நாம் ஆசைக்குப் பொருள் வாங்குகிறோம். தேவைக்குப் பொருள்வாங்குவதற்கும்... ஆசைக்குப் பொருள் வாங்குவதற்கும் பெரிய வேறுபாடு இருக்கிறது. ஏனென்றால் **தேவைகளை நிரப்ப முடியும். ஆசைகளை நிரப்ப முடியாது.**

ஒருநாளும் யாராலும் ஆசைகளை நிரப்ப முடியாது. இதை நம்முடைய பாட்டன் வள்ளுவன் மிக அழகாய்ச் சொன்னான் :

"ஆரா இயற்கை அவா"

என்று மூன்று சொற்களிலே அதை அவர் சொன்னார்.

ஆரா என்றால் தீராத, அடங்காத, நிரம்பாத என்று பொருள்.

ஆரா இயற்கை தான் அவா. ஆசைக்கு ஒரு குணம் இருக்கிறது. இந்த ஆசையினுடைய இயல்பு என்னவென்றால் அது நிரம்பாது,

எவ்வளவு கொட்டினாலும் நிரம்பாது. அதுதான் ஆசையினுடைய தன்மை. அது குறையன்று. அதுதான் அதனுடைய இயல்பு.

கவிஞர் கண்ணதாசன் ஒரு பாடலிலே சொல்லுவார்.

''ஐந்து கிடைத்தால் ஆயிரம் கேட்கும்
ஆயிரம் கிடைத்தால் அதைவிடக் கேட்கும்
ஆசைகளெங்கே முடிந்தது கண்ணே''

முடியாது. ஒரு நாளும் முடியாது. இது எப்படி என்றால் மணிமேகலை என்கிற காப்பியத்தில்... அட்சய பாத்திரம்... அமுத சுரபி என்று சொல்லுவார்கள். அது எவ்வளவு எடுத்தாலும் குறையாது. எடுக்க எடுக்க எடுக்க மறுபடியும் வளரும் என்று அந்தக் கதை சொல்லுகிறது. அது உண்மையா இல்லையா என்பது வேறு. அது ஒரு கற்பனை... அது ஒரு குறியீடு... எவ்வளவு எடுத்தாலும் அமுதசுரபி குறையாது. எவ்வளவு கொட்டினாலும் ஆசை நிறையாது.

அமுத சுரபியும், ஆசையும் எதிரெதிரான பாத்திரங்கள். வள்ளுவன் சொல்லியிருக்கிற அந்தத் தொடரைப் பாருங்கள். ஆரா இயற்கை அவா. நிரம்பாத தன்மை என்பதுதான் இயற்கை யினுடைய தன்மையே. அதை ஒருநாளும் நீங்கள் நிரப்ப முடியாது. எனவே நுகர்வுக் கலாச்சாரம் என்பது நிரப்ப முடியாத இடத்தை நோக்கிப் போய்க்கொண்டிருக்கிறது. ஏனென்றால் ஆசைகள் முடிவதில்லை. உங்களுக்குத் தேவைகள் முடியும். இந்த வீட்டுக்கு இதுபோதும். நம் வாழ்க்கைக்கு இதுபோதும். நாம் வாங்குகிற இந்த ஊதியத்துக்கு இதுபோதும் என்று தோன்றும். ஆனால் எதையும் போதாது என்று சொல்லும் ஆசைகள், எல்லாவற்றையும் மறுபடியும் மறுபடியும் வேண்டுமென்று சொல்லும். ஆசையினாலே நுகர்வுக் கலாச்சாரம் இருக்கிறதே, அது எங்கே நம்மைக் கொண்டுபோய்ச் சேர்க்கும் என்றால், வரவுக்கு மேலே செலவு செய்கிற பழக்கத்துக்குக் கொண்டுபோய்ச் சேர்க்கும். அதற்கும் வள்ளுவர்தான் ஓர் அழகான ஒரு வழியைச் சொன்னார்.

''ஆகாறு அளவிட்டி தாயினுங் கேடில்லை
போகாறு அகலாக் கடை''

என்று சொன்னார்.

வருமானம் எவ்வளவு என்பது பிரச்சனை அன்று. செலவு எவ்வளவு என்பதுதான் பிரச்சனை. நீங்கள் எந்த வருமானத்தில் வாழ்கிறீர்கள் என்பதைவிட, எந்த வருமானத்துக்குள் வாழ்கிறீர்கள் என்பது முக்கியம். அவர் சொன்னார் வருகிற வழி பெரிதாக இல்லை என்றாலும் பரவாயில்லை... போகிற வழி பெரிதாக இருக்கக் கூடாது. வந்தவழி சின்னதாகவும், போகிற வழி பெரிதாகவும் இருந்தால் எவ்வளவு வந்தாலும் நிலைக்காது. ஆகையினாலே நம்முடைய வருமானத்துக்குள் வாழ்வது... நம்முடைய தேவைகளுக்கு மட்டும் பொருட்களை வாங்குவது என்கிற கட்டுப்பாடுகளுக்கு நாம்தான் வந்தாக வேண்டும்.

உலகம் வளர்ந்து ஓடிக்கொண்டிருக்கிறது. நாமும் எழுந்து ஓடியாக வேண்டும். ஆனால் நம் நிலை அறிந்தும், நம் நிலை தெரிந்தும் ஓடவேண்டும் என்பதைக் கவனத்திலே வைத்துக் கொள்ள வேண்டும்.

பரணில் நம் பழம் சொத்து

இயந்திரவியல் படித்தாலும் சரி, கட்டிடம் கட்டுவது எப்படி என்று படித்தாலும் சரி, வழக்குரைஞராகப் போனாலும் சரி, ஜெர்மன் நாட்டினுடைய வரலாறு என்ன என்று அறிந்திருக்க வேண்டும். அவை இல்லாமல் அங்கே எந்தப்படிப்பும் நிறைவு பெறாது.

நம் நாட்டினுடைய வரலாற்றையும், நம் மொழியினுடைய இலக்கியங்களையும் அறிந்து கொள்வதில் நம்மில் பலர் மிகுந்த ஆவல் இல்லாதவர்களாகத் தான் இருக்கிறோம். மறைந்த தமிழறிஞர் திருக்குறளார் முனுசாமி அவர்கள் கூட்டங்களிலே பேசுகிறபோது, ஒரு செய்தியைக் கதைபோலச் சொல்லுவார். ஒரு பெரியவர் இருந்தார், அவருக்கு மூன்று மகன்கள் இருந்தார்கள். வயதானதற்குப் பிறகு ஒருநாள் அவர் இறந்து போய்விட்டார். ஆகையினாலே அந்தப் பிள்ளைகள் தந்தை இறந்து போய் விட்டார் என்பதைத்தாண்டி அதுகுறித்துப் பெரிதாகக் கவலை கொள்ளவில்லை. அவர் பொதுவாழ்க்கையிலே இருந்தவர். ஏராளமான நூல்களைப் படித்தவர், அறிவாளர், அதற்காக அவருடைய இறப்புக்காக இரங்கல் தெரிவித்தும், அவருடைய வாழ்நாள் தொண்டுகளைப் பாராட்டியும் பல்வேறு கடிதங்கள் குவிந்தன. இந்தப் பிள்ளைகள் முதல்நாள், இரண்டாவது நாள் கடிதங்களைப் படித்தார்கள். பிறகு இயல்பாகச் சலிப்படைந்து விட்டார்கள்.

சரி, அப்பாவைப் பற்றிப் பாராட்டிக் கடிதம் வந்திருக்கும் அவ்வளவுதான் என்று அந்தக் கடிதங்களை எல்லாம் படிக்காமல், சில கடிதங்களைத் திறக்காமலேயேயும்கூடப் பரணிலே போட்டு வைத்து விட்டார்கள். அவர்களுடைய பார்வையிலே வேறு ஒன்றுமில்லை. இறந்துபோன அப்பாவைப் பற்றி அவருக்கு இரங்கல் தெரிவித்து வந்திருக்கிற கடிதங்களாக இருக்கும் அவ்வளவுதான். இதை எவ்வளவு நாளைக்குப் படித்துக் கொண்டிருப்பது என்று, அவருக்கான சடங்குகளை மட்டும் செய்து முடித்துவிட்டு, அந்தக் கடிதங்களை எல்லாம் பரணிலே போட்டு விட்டார்கள். பல ஆண்டுகளாயிற்று, பிறகு அவர்கள் இருந்த வீட்டைக் காலி செய்து விட்டுப் புதிய வீட்டுக்கு மாறுகிற ஒரு கட்டம் வந்தது. ஒரு புதிய வீடு கட்டிக்கொண்டு இன்னொரு வீட்டுக்குப் போகிறபோது இந்த வீட்டைக் காலி செய்கிறபோது, பரண் முழுவதும் கடிதங்கள் இருந்தன.

அப்போது மூத்தமகன் இளைய மகனிடத்திலே சொன்னான், ''ஏராளமாகக் கடிதங்கள் இருக்கின்றன. கொஞ்சம் நீ உட்கார்ந்து படித்துப்பார், ஏதாவது முக்கியமான கடிதம் இருந்தால் எடுத்து வைத்துவிட்டு, மற்றவைகளைக் கிழித்துக் குப்பையில் போட்டுவிடு என்று சொன்னான். அன்றைக்கு நாள் முழுவதும் கிழித்துப் போடுவதுதான் அவனுக்கு வேலையாக இருந்தது. எல்லாம் பாராட்டுக் கடிதங்கள், அப்பாவுக்கு இரங்கல் கடிதங்கள். கிழித்துப் போட்டுக் கொண்டே இருந்தான். திடீரென்று ஒரு கடிதத்தைப் படிக்கிறபோது, அவனுக்கு அதிர்ச்சியாக இருந்தது. உடனே தன்னுடைய அண்ணன்மார்கள் இரண்டு பேரையும் அழைத்து இந்தக் கடிதத்தைப் படித்துப்பாருங்கள் என்று சொன்னான்.

அந்தக் கடிதத்தை அப்பாவினுடைய நண்பர் ஒருவர் எழுதியிருக் கிறார். அப்பா இறந்துபோன அந்த நேரத்திலே எழுதியிருக்கிறார். அவரும் வயதானவர். அவர் என்ன எழுதி இருக்கிறார் என்றால், உங்கள் அப்பா உங்களுக்காகக் கொஞ்சம் பணம் சேர்த்து வைத்திருந்தார். அதை உங்களிடத்திலேகூடச் சொல்லாமல் வைத்திருந்தார். ஏனென்றால் பிள்ளைகளான நீங்கள் உழைத்து முன்னேற வேண்டும் என்பதற்காக. அந்தப்

பணத்தையெல்லாம், ஏறத்தாழ 15 **லட்ச ரூபாயை, உங்கள்** பெயரிலேயே போட்டு அதற்கான பத்திரங்களை என்னிடத்திலே கொடுத்து வைத்திருந்தார். அவர் இறந்த பிறகு அதை உங்களிடத்திலே சேர்க்க வேண்டும் என்று சொல்லியும் இருந்தார். எனக்கும் உடல் நலமில்லை, உங்களை நேரில் வந்து பார்க்க முடியவில்லை, ஆகையினாலே இப்போது அந்தப் பத்திரங்களை யெல்லாம் இத்தோடு இணைத்து அனுப்பி வைத்திருக்கிறேன். நீங்கள் வங்கியிலேபோய் ஆளுக்கு 5 லட்சமாகப் பிரித்துக் கொள்ளலாம் என்று அவர் எழுதியிருந்தார். படித்த உடனே இவர்களுக்கு ஒரே பரபரப்பு. அடடா அந்த மனிதரும் இறந்து போய்விட்டார். வங்கியில் இத்தனை ஆண்டுகளுக்குப் பிறகு போனால் அந்தப் பணம் கிடைக்குமோ... கிடைக்காதோ. இத்தனை ஆண்டுகளாக நாம் வீணடித்து விட்டோமே... என்று அவர்கள் பதற்றப்பட்டார்கள். ஐயா முனுசாமி அவர்கள் சொல்வார்கள் அவர்கள் வீட்டுப் பரணிலே 15 லட்ச ரூபாய் கிடந்தது, அவர்கள்

பார்க்கவில்லை, படிக்கவில்லை. வீணாக்கி விட்டார்கள் இத்தனை ஆண்டுகளை என்று சொல்லிவிட்டு அடுத்ததாக இன்னொன்றையும் சொல்லுவார்,

நம்வீட்டுப் பரணிலும் எத்தனையோ இலக்கியங்கள் இருக்கின்றன. திருக்குறள் கிடக்கிறது, தொல்காப்பியம் இருக்கிறது, சங்க இலக்கியம் இருக்கிறது, சிலப்பதிகாரம் இருக்கிறது. யாரும் எடுத்துப் படிக்க வில்லையே ஐயா என்று அவர் சொல்லுவார். அப்போதுதான் அந்தக் கூட்டம் கேட்கிறவர்களுக்குச் சுரீர் என்று உறைக்கும். நம்முடைய சொந்த இலக்கியங்கள் நம்முடைய சொத்து, நம்வீட்டுப் பரணில் கிடக்கிறது. நாம் எடுத்துப் படிக்கவில்லை. பார்க்கவில்லை. அவையெல்லாம் தேவை யற்றவை என்று கருதுகிறோம். ஒருவேளை திருக்குறளைப் படித்துப்பார்த்தால் பல லட்சம் பெறுமான வாழ்க்கைக்குத் தேவையான அறநெறிகள் நமக்குக் கிடைக்கலாம். ஒரு சங்க இலக்கியத்தைப் புரட்டுகிறபோது, துன்பம் வருகிற நேரத்திலே அதை எப்படி எதிர்கொள்வது என்கிற மன உரத்தை அந்தக் கவிதைகள் நமக்குத் தரலாம். ஆனால் நம் வீட்டிலே கிடக்கிற நம் பரணிலே கிடக்கிற நம்முடைய இலக்கியங்களை புரட்டிப் பார்க்காமல் இருக்கிறோம்.

இதைச் சொன்னால் நம்முடைய இளைய பிள்ளைகள் கேட்கிறார்கள் நாம் இலக்கியம் படித்துக்கொண்டிருந்தால் மட்டும் போதுமா என்று. இலக்கியம் மட்டும் படித்துக்கொண்டிருந்தால் போதும் என்று யார் சொன்னார்கள்? இலக்கியத்தையும் படியுங்கள் என்று சொல்லுகிறோமே தவிர, இலக்கியம் மட்டும் படியுங்கள் என்று எப்போதும் சொல்வதில்லை. அப்படி சொல்வது நடைமுறை வாழ்க்கைக்கு பொருத்தமுமில்லை. இன்றைய நடைமுறை பொருளியல் வாழ்க்கையில் பல கல்வியைக் கற்றுக்கொள்ள வேண்டியவர்களாக இருக்கிறோம். அதில் ஒன்றும் பிழை இல்லை. அப்படித் தொழில் கல்வியைக் கற்றுக்கொள்வதுதான் ஒவ்வொரு நாட்டினுடைய முன்னேற்றத்துக்கும் உதவும். என்ன ஒரு பிரிவு இங்கே ஏற்பட்டு விட்டது என்றால் தொழில் கல்வி படிக்கிறவர் களுக்கு, தொழில் மட்டும்தான் தெரியும். இலக்கியமும், வரலாறும் தெரியாது. இலக்கியமும் வரலாறும் படித்தவர்களுக்கு அது

மட்டும்தான் தெரியும். வேறு எந்தத் தொழிலும் தெரியாது. எடுத்துக்காட்டுக்கு நான் என்னையே எடுத்துக் கொள்கிறேன். நான் இலக்கியம் பயின்றிருக்கிறேன், எனக்கு இலக்கியம் மட்டும் தெரியும். ஆனால் எந்தத் தொழிலும் தெரியாது. வெறும் இலக்கியத்தை வைத்துக் கொண்டு இனி வரும் காலங்களிலே பொருளாதாரத்திலே நம்மை நிலைப் படுத்திக் கொள்ள முடியாது என்பதை நானும் உணர்கிறேன். பிள்ளைகள் எல்லாம் வெறும் இலக்கியம் மட்டும் படித்துவிட்டு இருந்தால் போதாது. வேறு ஒரு தொழிலையும் கற்றுக்கொள்ள வேண்டும் என்று கருதுகிறேன். அதே நேரத்திலே தொழில் கல்வியைப் பயில்கிறவர்களும்கூட இந்த நாட்டினுடைய வரலாற்றை, இந்த நாட்டினுடைய இலக்கியங்களைத் தெரிந்து கொள்ள வேண்டாமா?

இந்த அறிவுகூட எனக்கு எப்போது வருகிறது என்று சொன்னால், நான் ஜெர்மன் நாட்டுக்கு ஒருமுறை போயிருந்தபோது அங்கே கணிப்பொறி படித்துக் கொண்டிருக்கிற இளைஞர்கள் மூன்று, நான்குபேரைச் சந்தித்து உரையாடிக் கொண்டிருந்தேன். அவர்கள் ஒரு செய்தியை எனக்குச் சொன்னார்கள். அவர்கள் நான்கு பேருமே கணிப்பொறித் துறையிலே பெரிய வல்லுநர்களாக இருக்கிறார்கள். ஆனால் அவர்கள் இரண்டாவது உலகப் போரைப்பற்றி ஹிட்லரைப் பற்றி பேசுகிறபோது, ஜெர்மனியை விட்டுக் கொடுக்காமல் அந்த வரலாற்றில் இருக்கிற சில நுட்பமான செய்தியைச் சொல்கிறார்கள். நான் திருப்பிக் கேட்கிறேன் பரவாயில்லையே நீங்கள் கணிப்பொறியிலே படித்துக் கொண்டிருந்தாலும் வரலாற்றுச் செய்திகளையெல்லாம் மிக நுட்பமாகச் சொல்கிறீர்களே என்று. அவர்கள் விடை சொன்னார்கள், எங்களுடைய கல்வித் திட்டம் என்பதே, இங்கே என்ன கல்வியை வேண்டுமானாலும் படிக்கலாம். மருத்துவமாக இருக்கலாம், பொறியியலாக இருக்கலாம், கணிப்பொறித்துறையாக இருக்கலாம், வேறு துறையாகக்கூட இருக்கலாம். ஆனால் நீங்கள் என்ன படித்தாலும் இந்த நாட்டினுடைய வரலாற்றையும், இலக்கியங்களையும் கண்டிப்பாகப் பயின்றிருக்க வேண்டும். அவை இல்லாமல் இங்கே எந்தப்படிப்பும் நிறைவு பெறாது. இவையெல்லாம் விருப்பப்பாடமல்ல. நீங்கள் இயந்திரவியல்

படித்தாலும் சரி, கட்டிடம் கட்டுவது எப்படி என்று படித்தாலும் சரி, வழக்குரைஞராகப் போனாலும் சரி, ஜெர்மன் நாட்டினுடைய வரலாறு என்ன என்று கட்டாயமாக அறிந்திருக்க வேண்டும்.

அந்த அளவுக்கு நாட்டுப் பற்றும் நாட்டைப்பற்றி அறிந்து வைத்திருக்கிற அறிவும், அந்த மொழியிலே என்னென்ன இலக்கியங்கள் இருக்கின்றன என்பதைச் சொல்லுகிற ஆற்றலும் அங்கு கணிப்பொறித் துறையிலே இருக்கிற வல்லுநர்களுக்கும் இருக்கின்றன. நம்முடைய பிள்ளைகளும் திறன் வாய்ந்த பிள்ளைகள்தான். உலகமே இன்றைக்குக் கணிப்பொறித் துறையிலே நம்முடைய பிள்ளைகளைத் தாங்கிப் பிடிக்கிறது. நமக்கிருக்கிற வேட்கையெல்லாம் உலக அறிவியல் துறையிலே முன்னேறி இருக்கிற நம்முடைய இளைய தலைமுறை, நம்நாட்டு வரலாற்றையும் இலக்கியங்களையும் தெரிந்து கொண்டால் இன்னும் பல படிகள் முன்னேற வாய்ப்பாகஇருக்கும் என்பதுதான். அதைத்தான் திருக்குறளார் பரணில் கிடக்கும் பத்திரத்தைப் பார்க்காமல் விட்டு விட்டார்களே என்று சொல்லுவார். நம்முடைய வீட்டில் இருக்கிற இலக்கியங்களை நாம் புரட்ட வேண்டாமா?

அண்ணல் அம்பேத்கர்

அவருடைய மக்கள் எல்லாம் விழித்துக் கொண்டிருக்கிறார்கள், எனவே அவர் உறங்க லாம். என்னுடைய மக்கள் எல்லாம் உறங்கிக் கொண்டிருக்கிறார்கள், எனவே நான் விழித் திருக்க வேண்டியிருக்கிறது.

நம்முடைய தலைமுறையிலே வாழ்ந்து, 20-ஆம் நூற்றாண்டிலே நாம் அறிந்த மாமேதைகளில் ஒருவர் அண்ணல் அம்பேத்கர் அவர்கள். 1956-ஆவது ஆண்டு டிசம்பர் மாதம் 6-ஆம் தேதி அவர் மறைந்தார். அவர் மறைந்து அரை நூற்றாண்டுக்கும் மேலாகி விட்டது. ஆனால் அவருடைய புகழும், அவருடைய அறிவுத் திறனும் ஏறத்தாழ 1990-க்குப் பிறகுதான் மிக அழுத்தமாக வெளிப்பட்டது என்று சொல்ல வேண்டும்.

1989-இல் அவருடைய நூற்றாண்டு வந்தது. அப்போதுதான் அவரைப்பற்றிய நூல்கள், விவாதங்கள் எல்லாம் அரங்கிற்கு வந்தன. அவர் காலம் முழுவதும் ஒடுக்கப்பட்ட மக்களுக்காகவே போராடி வாழ்ந்தார். தன்னுடைய தூக்கத்தைத் தொலைத்து தன் மக்களுக்காகப் படித்துவந்த ஒரு மாமேதை அவர். அவருடைய படிப்பு என்பது மிகுந்த வியப்புக்குரியது. படிப்பிலே அப்படி என்ன வியப்பு என்று கேட்டால், படிக்கவே கூடாது அல்லது படிப்பைப் பற்றி நினைக்கவே கூடாது என்று ஒடுக்கி வைக்கப்பட்ட ஒரு சமூகத்திலிருந்து வந்த ஒரு வைரம், உலகமே வியக்கும் அளவுக்குப் படித்து முடித்திருக்கிறார் என்றால் அந்தப் படிப்பு என்பது வியப்புக்குரியதுதானே.

வெளிநாடுகளுக்குப் போய்த் திரும்புகிறபோது, கப்பலில் பெட்டி பெட்டியாக அவருக்குப் பின்னால் அவர் வாங்கி வந்த பொருள்கள் இறங்கின. எல்லோரும் வேடிக்கை பார்த்தார்கள். இத்தனை பெட்டிகளா? என்னென்ன பொருள்களையெல்லாம் வாங்கி வந்திருப்பார் என்று பார்த்தால், ஒரு பெட்டியில் அவருடைய துணிகள் இருந்தன. அந்த ஒரே ஒரு பெட்டியைத் தவிர மற்ற அத்தனை பெட்டிகளும் புத்தகங்களாகவே இருந்தன என்பது நமக்கு இப்போதும் ஒரு வியப்பை ஏற்படுத்துகிறது. லண்டனில் இருக்கிற நூலகத்திலே மிகுதியாகப் படித்தவர்கள், மிகுதியான நேரத்தைச் செலவிட்டவர்கள் என்று இரண்டு பேரைத்தான் சொல்கிறார்கள். ஒருவர் காரல்மார்க்ஸ், இன்னொருவர் அம்பேத்கர். உலகமே வியக்கிற அளவுக்கு ஏராளமாகப் படித்த பெருமகன் அவர். சாதி ஒழிப்பு (Anihilation of caste) என்று அவர் எழுதியிருக்கிற அந்தப் புத்தகம் இன்றைக்கும்கூட பல்வேறு புதிய சிந்தனைகளை, அழுத்தமான எண்ணங்களை நம்மிடத்திலே உருவாக்குகிறது. சாதியைப் பற்றிய மிக விரிவான ஆய்வை அவர்தான் மேற்கொண்டார். அதைத் தந்தை பெரியார் அவர்கள்தான் சாதி ஒழிப்பு என்கிற பெயரில் முதன் முதலாகத் தமிழில் மொழி பெயர்த்துக் குடியரசு பதிப்பகத்தின் மூலமாகத் தமிழ் மக்களுக்கு அறிமுகப்படுத்தினார்.

அம்பேத்கரும் தந்தை பெரியாரும் காலம் முழுவதும் ஒருவர் மீது ஒருவர் மிகுந்த மதிப்புடையவர்களாகவும், ஒருவரையொருவர் பின்பற்றக்கூடியவர்களாகவும், பாராட்டக்கூடியவர்களாகவும் இருந்தார்கள். தந்தை பெரியார் யாரையும் தன்னுடைய தலைவர் என்று சொல்லவில்லை. நான்தான் தலைவர் என்று சொல்லுவார். ஆனால் அப்படிப்பட்ட தந்தை பெரியார் அவர்களே 1967-ஆவது ஆண்டு மயிலாடுதுறையிலே நடைபெற்ற ஒரு கூட்டத்திலே பேசுகிறபோது உங்களுக்கு மட்டுமல்ல... எனக்கும் அம்பேத்கர்தான் தலைவர் என்று சொன்னார். அந்த அளவுக்கு அம்பேத்கர் மீது ஆழ்ந்த மதிப்புக் கொண்டவராகத் தந்தை பெரியார் இருந்தார். அதைப்போலவே மிசோராம் மாநிலத்திலே ஆளுநராக இருந்த பத்மநாபன் அவர்கள், தன்னுடைய நூலிலே ஒரு செய்தியைக் குறிப்பிடுகிறார்: அம்பேத்கரை, 1944-ஆவது ஆண்டு சென்னைக்கு வந்திருந்தபோது, அன்று கல்லூரி மாணவராக இருந்த

பத்மநாபன் உள்பட ஏராளமான இளைஞர்கள் சந்திக்கிறார்கள். நாங்கள் உங்களைப் பின்பற்றி இங்கே ஓர் இயக்கத்தை உருவாக்க வேண்டும் என்று நினைக்கிறோம். நீங்கள்தான் வழிகாட்ட வேண்டும் என்று கேட்டபோது அம்பேத்கர் சொன்னாராம், மற்ற மாநிலங்களில் எல்லாம் இளைஞர்கள் வருகிறபோது அதை நான் ஏற்றுக்கொண்டு அவர்களை இயக்க நெறிகளிலே வழிப் படுத்துகிறேன். ஆனால் தமிழ்நாட்டிலே அதற்குத் தேவையில்லை. ஏற்கனவே இங்கே இருக்கிற ஈ.வெ.ராமசாமி நாயக்கர் அவர்கள், நான் என்ன காரியங்கள் எல்லாம் செய்து கொண்டிருக்கிறேனோ, எதைச் சொல்கிறேனோ அதைத்தான் அவரும் செய்து கொண்டி ருக்கிறார். எனவே நீங்கள் என்னைத் தேடி வரவேண்டியதில்லை. ராமசாமி நாயக்கரைப் பின்பற்றினாலே போதும் என்று சொன்னார் என்று அவர் குறிப்பிட்டிருக்கிறார்.

எனவே இரண்டு பேரும் ஒருவரையொருவர் பின்பற்று வதற்கான காரணம் வேறொன்றுமில்லை, இரண்டுபேருமே சமூக நீதிப் போராளிகளாக இருந்தார்கள் என்பதுதான். ஒரு சமூகம் ஏற்றத்தாழ்வு உள்ள சமூகமாக இருக்கிறது. அது தமிழ்ச் சமூகமாக இருந்தாலும்சரி, இந்தியச் சமூகமாக இருந்தாலும் சரி, இன்றைக்கு

இந்தச் சமூகம் ஒரு சாதியச் சமூகமாக இருக்கிறது. **சாதியம் என்றால் ஏற்றத்தாழ்வுகளைத் தன்னோடு வைத்திருப்பது என்று பொருள்.** அதுதான் சாதி.

ஏற்றத்தாழ்வுகளை நீக்கிச் சமப்படுத்துவது என்பதுதான், இந்தச் சமூகத்தைச் சமப்படுத்துகிற முயற்சிதான் சமூக நீதி. அந்தச் சமூக நீதிக்காகத்தான் தங்கள் வாழ்நாள் முழுவதையும் பெரியாரும், அம்பேத்கரும் கழித்தார்கள் என்று சொல்லவேண்டும்.

ஒருமுறை அம்பேத்கர் வீட்டிலே முகச்சவரம் செய்து கொண்டிருக்கிற போது, பக்கத்திலே நின்று கொண்டிருந்த ஒரு நண்பர், அண்ணலைப் பார்த்துக் கேட்கிறார்: மிக மென்மையான மனிதர் நீங்கள். மிகுந்த அறிவாளி நீங்கள். ஆனால் சில இடங்களில் சில ஆதிக்கக் கோட்பாடுகளை, ஆதிக்கப் பிரிவினரை எதிர்த்துப் பேசுகிறபோது, மிகக் கடுமையான சொற்களைப் பயன்படுத்து கிறீர்களே, மிகக் கடுமையாகத் தாக்கித் தகர்க்க முயற்சிக்கிறீர்களே? என்ன காரணம் என்று கேட்டபோது, அம்பேத்கர் சொன்னார், சில வேளைகளில் நாம் எந்த ஆயுதத்தைப் பயன்படுத்த வேண்டுமோ அதைத்தான் பயன்படுத்த வேண்டும். முகச்சவரம் செய்து கொள்ள இந்தக் கத்தி போதுமானதாக இருக்கிறது. எனது முகத்திலிருக்கிற முடியை மழிப்பதற்கு இந்தக் கத்தி போதுமானதாக இருக்கிறது என்ற காரணத்தினாலே நாளைக்கு என் தோட்டத்திலே ஒரு நச்சு மரம் வளருமானால், அதை இந்தக் கத்தியை வைத்துக்கொண்டே சாய்த்து விடலாம் என்று கருத முடியுமா? அதைக் கோடரி கொண்டுதான் வெட்ட முடியும். எனவே இதற்கு இதுபோதும். அதற்கு அது வேண்டும். சில நேரங்களில் அழுத்தமாக வேரூன்றியிருக்கிற ஆதிக்கக் குணங்களை அகற்ற வேண்டும் என்று கருதுகிறபோது நான் மிகக்கடுமையான சொற்களைத்தான் பயன்படுத்த வேண்டியிருக்கிறது என்று அம்பேத்கர் சொன்னார். ஆகையினாலே அவர் சில இடங்களில் ஒடுக்கப்பட்ட மக்களிடம் மிக மென்மையாக இருந்தார். ஆதிக்கச் சக்தியிடத்திலே மிக வன்மையானவராக இருந்தார்.

அவர் ஒருமுறை இரவெல்லாம் விழித்து எழுதிக் கொண்டிருக் கிறபோது, செய்தியாளர்கள் அவரைப் பார்த்துக் கேட்கிறார்கள், அண்ணல் காந்தியடிகளை நாங்கள் பார்க்கச் சென்றிருந்தோம்.

அவரும் கடுமையாக உழைக்கக்கூடிய மனிதர். ஆனால் அவர்கூட இந்த நேரத்திலே உறங்கி விட்டார். நீங்கள் இன்னமும் விழித்து எழுதிக் கொண்டிருக்கிறீர்களே என்று கேட்டபோது அம்பேத்கர் சொன்னார், அது ஒன்றும் பிழை இல்லை. அவருடைய மக்கள் எல்லாம் விழித்துக் கொண்டிருக்கிறார்கள், எனவே அவர் உறங்கலாம். என்னுடைய மக்கள் எல்லாம் உறங்கிக் கொண்டிருக்கிறார்கள், எனவே நான் விழித்திருக்க வேண்டியிருக்கிறது என்று சொன்னார்.

அண்ணல் அம்பேத்கர் அவர்கள், இந்தியாவினுடைய மிகப்பெரிய பொறுப்புகளையெல்லாம் வகித்தவர். இந்தியாவின் அரசமைப்புச் சட்டத்தை உருவாக்கிய குழுவினுடைய தலைவர். ஆனால் அம்பேத்கரின் பெருமை அரசமைப்புச் சட்டத்தை உருவாக்கியதில் இல்லை. இந்தச் சாதிய சமூக அமைப்பை எதிர்த்துப்போராடிச் சமூகத்தை சமதளத்திலே கொண்டுவர முயற்சித்த அந்தச் சமூகநீதிப் போராட்டத்திலேதானிருக்கிறது. ▫

மரண தண்டனை

இவன் கையை வெட்டினான் என்றால் அவன் கையை நீ வெட்டலாம் என்று எந்த நீதிமன்றமும் தீர்ப்பு வழங்குவதில்லை. அது பழிக்குப் பழியாகுமே தவிர தண்டனை ஆகாது. அதைப் போலவே கொலை செய்தான் என்பதற்காகத் திருப்பிக் கொலை செய்வது என்பது எப்படி தண்டனை ஆகும் என்கிற கேள்வியை நாம் சிந்திக்க வேண்டி இருக்கிறது.

இன்று உலகம் முழுதும் மரண தண்டனை வேண்டுமா? கூடாதா? என்பன போன்ற கேள்விகள் எல்லோர் நெஞ்சங்களிலேயும் எழுந்திருக்கின்றன. நூற்றுக்கும் மேற்பட்ட நாடுகள் மரண தண்டனையை அடியோடு ஒழித்து விட்டன. மரண தண்டனை என்பதுகூட பல்வேறு வகைகளைச் சார்ந்தது. தொடக்கத்திலே மரண தண்டனை என்பது சிரச்சேதம்தான். மன்னர்கள் ஆண்ட காலத்திலே தலையை வெட்டி விடுவது. புரட்சிக் கவிஞர் பாரதிதாசன்கூடச் சொல்வார்: சிரமறுத்தல் வேந்தனுக்குப் பொழுதுபோக்கும் சிறிய கதை, நமக்கெல்லாம் உயிரின் வாதை என்று சொல்லுவார்.

யானைகளை வைத்துத் தலையை இடறிய காலமெல்லாம் உண்டு. பல்வேறுவிதமான மரண தண்டனைகள். நாகரிகம் வளர்ந்ததற்குப் பிறகு அந்த மரண தண்டனை என்பதும் வெவ்வேறு

வடிவங்களைப் பெற்றது. அதிலே கழுவில் ஏற்றுவது என்பது மிகக் கொடுமையான மரணதண்டனை. கழு ஏற்றுதல் என்றால் என்ன என்று இன்றைக்குப் பலர் அறிந்திருக்க வாய்ப்பில்லை. பழைய நூல்களிலே படிப்பதுதான். கழுவிலே ஏற்றுதல் என்றால் மிகக் கூர்மையான ஓர் ஆணி போன்ற ஒன்றின் மேலே அவர்களை உட்கார வைப்பது. அப்படியே ஆசன வாயிலிருந்து அந்தக்

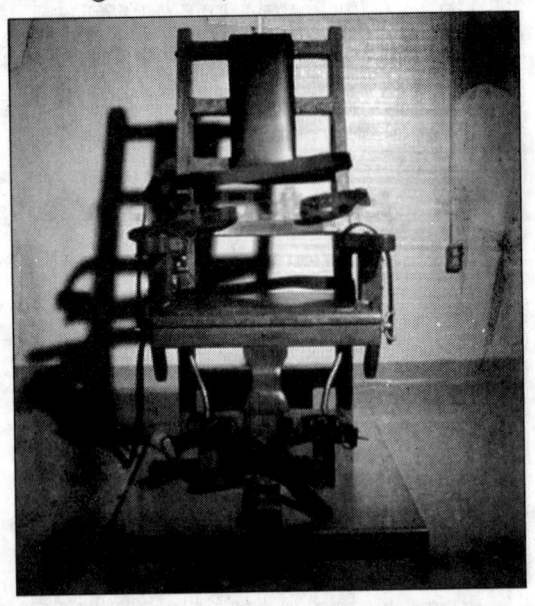

மரண தண்டனை நிறைவேற்றுவதற்கான மின்சார நாற்காலி

கம்பிகள் கிழித்துக்கொண்டு குடல் வரைக்கும் இருதயம் வரைக்கும் வந்து, வாயிலிருந்தும், மூக்கிலிருந்தும் ரத்தமாகக் கக்கி ஏறத்தாழ ஒரு நாள் முழுதும் அந்த வலியில் துன்பப்பட்டுப் பின் மடிவார்கள்.

பிறகு மேலை நாடுகளிலே சிலுவைகளிலே பல்லாயிரம் பேரை அறைந்த அந்த நாட்களெல்லாம் வரலாற்றுப் புத்தகங்களிலே இன்னமும் படிந்து கிடக்கின்றன. தூக்கிலே போடுவது இன்றைக்கும் பல நாடுகளிலே இயல்பாக இருக்கும் முறை. சீனாவிலே விஷ ஊசி போட்டுக் கொல்கிற முறை இருந்தது. ஒரு மின்சார நாற்காலியிலே வைத்து அப்படியே சாம்பலாக்கி விடுவது. இப்படிப் பல்வேறு விதமான மரண தண்டனைகள் உலகத்திலே இன்றைக்கும் இருந்து கொண்டிருக்கின்றன.

இந்தியாவிலே மரண தண்டனை என்பது தூக்குத் தண்டனை என்ற ஒரு வடிவத்திலே இருக்கின்றது. அதையும்கூட நாம் வைத்துக் கொள்ள வேண்டுமா? என்று ஒரு கேள்வி. அப்படி மரண தண்டனை இல்லை என்றால் கொலை செய்கிறவர்களுக்கெல்லாம் பயம் விட்டுப் போகாதா? கொலைகள் இந்த நாட்டிலே கூடிப் போகாதா? என்று சமூக அக்கறையுள்ளவர்களிடமிருந்து ஒரு கேள்வி வருகிறது. ஆனால் நாம் என்ன கவனிக்க வேண்டும் என்றால் மரண தண்டனைகள் இதுவரை இந்தச் சமூகத்திலே கொலைகளைத் தடுத்திருக்கின்றனவா என்று நாம் ஒரு கேள்வியை கேட்டுப் பார்க்கலாம்.

நாம் அறிந்த வரையிலே ஆண்டுக்காண்டு இந்தக் கொலைகள் கூடிக் கொண்டிருக்கின்றனவே தவிரக் குறைந்ததாக நமக்குத் தெரியவில்லை. நம்முடைய நாட்டிலே இன்றைக்கும் மரண தண்டனை இருந்துகொண்டுதான் இருக்கிறது. அது அடிக்கடி நடைமுறைப்படுத்தப்படுவதில்லை என்றாலும் இன்றைக்கும் அது இருக்கிறது. ஆனால் கொலைகள் கூடிக் கொண்டுதான் இருக்கின்றன. மரண தண்டனைகள் அவற்றை அச்சுறுத்துவதாக இல்லை. மரண தண்டனையினுடைய நோக்கமே இவனைத் தண்டிப்பது மட்டுமல்ல, அடுத்து வருகிறவன் இந்தப் பிழையைச் செய்யாமல் இருக்கிற மாதிரி அவனை அச்சுறுத்துவது. அதை ஆங்கிலத் திலே Deterent Punishment என்று சொல்வார்கள். ஆனால் அது

அப்படி அச்சுறுத்தியதாகத் தெரியவில்லை. என்ன காரணம் என்று நாம் சிந்தித்துப் பார்க்கலாம்.

இந்தக் கொலை என்கிற செயலில் ஈடுபடுகிறவர்களை நாம் மூன்று வகையாகப் பிரித்துக் கொள்ளலாம். ஒன்று உணர்ச்சி வயப் பட்டுக் கொலை செய்கிறவர்கள், அவர்கள்தான் மிகுதி. நீங்கள் சிறைச்சாலையிலே போய்ப்பார்த்தால் தன்னுடைய மனைவியை ஒருவன் சந்தேகப் பட்டிருப்பான், உடனே மனைவியை வெட்டிச் சாய்த்து விடுவது அல்லது வரப்பு வாய்க்கால் தகராறிலே, பணப்பிரச்னைகளிலே உறவுகளுக்குள்ளே ஏற்படுகிற சிக்கல் களிலே உடனே அரிவாளை எடுத்து வெட்டிவிடுவது ஒருவகை. இரண்டாவது, திட்டமிட்டு, சதி செய்து, கூலி ஆட்களை வைத்துக் கொலை செய்வது. மூன்றாவது, பல நாடுகளில் விடுதலைப் போராட்டங்களிலே ஈடுபட்டிருக்கிறவர்கள், தங்களுடைய நாட்டு விடுதலைக்கு எதிராக இருக்கிறார்கள் என்று கருதுகிறவர்களைக் கொலை செய்வது. இது எல்லா நாடுகளிலேயும் நடந்திருக்கிறது. இந்திய விடுதலைப் போராட்டத்திலேயும்கூட பகத்சிங் போன்றோர் கொலைச் செயல்களிலே ஈடுபட்டிருக்கிறார்கள்.

எனவே இந்த உலகத்திலே மூன்று வகையான மனிதர்கள் இருக்கிறார்கள். ஒருவர் உணர்ச்சி வயப்பட்டுச் செய்கிறவன், அடுத்து சதித் திட்டமிட்டுச் செய்கிறவன், மூன்றாவதாக விடுதலை உணர்வோடு செய்கிறவன். எந்த வகையிலே செய்தாலும் கொலை கொலைதான். இந்த மூன்று வகையினரையும் இந்த மரண தண்டனை தடுக்குமா என்று நாம் சிந்திக்க வேண்டும். உணர்ச்சி வயப்பட்டுக் கொலை செய்கிறவன் இருக்கிறானே அந்த நேரத்தில் அவன் அரிவாளைத் தூக்குகிறபோது, ஈ.பி.கோ.302 எல்லாம் அவன் நினைவுக்கு வராது. அந்தக் கோபம், அந்த உணர்ச்சி, அந்தவேகம் வெட்டிச் சாய்ப்பது அவ்வளவுதான். அவனை எந்தவிதமான சிந்தனையும் தடுத்து நிறுத்தாது. காரணம் அவன் உணர்ச்சி வேகத்திலே இருக்கிறான். உணர்ச்சி வேகத்திலே இருக்கிறபோது அந்த நேரத்தில், கோபத்தில் அந்த வெறியை தீர்த்து விடவேண்டும் என்பதுதானே தவிர, இதற்குப் பின்னாலே என்ன விளைவுகள் ஏற்படக் கூடும் என்கிற மனநிலையில் அவன்

அப்போது இருப்பதில்லை. எனவே அதுபோன்ற வகையினைச் சார்ந்தவர்களை இந்த மரண தண்டனை தடுத்து நிறுத்தவில்லை.

இரண்டாவது, சதித்திட்டம் போட்டுக் கொலை செய்கிறார்களே, அவர்களை மரண தண்டனை தடுக்குமா என்று சிந்தித்துப் பார்த்தால் தடுக்காது. காரணம், அவர்கள் கொலை செய்கிறபோதே நாம் தப்பித்து விட முடியும் என்கிற எண்ணத்திலே தான் செய்கிறார்கள். தப்பித்து விட முடியுமா முடியாதா என்பது வேறு. ஆனால் நாம் எல்லாத் திட்டங்களையும் சரியாகத் தீட்டி இருக்கிறோம். தப்பித்து விடுவோம் என்கிற நிலையில் செய்கிறவர்கள், மரண தண்டனையைப் பார்த்து அச்சப்படமாட்டார்கள். அவர்கள் தாங்கள் தப்பித்து விடுவோம், ஒருவேளை சிக்கிக் கொண்டாலும் யார் அந்தக் கூலிப்படையாகச் செயல்பட்டார்களோ அவர்கள்தான் சிக்கிக் கொள்வார்கள் நாம் தப்பித்து விடுவோம் என்று கருதுகிறார்கள். எனவே அவர்களையும் மரண தண்டனை அச்சுறுத்தவில்லை.

மூன்றாவதாக, விடுதலை வேட்கையோடு கொலைச் செயலிலே ஈடுபடுகிற போராளிகளைப் பற்றி நாம் கூறவேண்டியதில்லை. அவர்கள் மரணத்தைப் பற்றி என்றைக்கும் கவலைப்படுவதே இல்லை. அவர்கள் மரணத்தை மதிப்பதே இல்லை. தங்கள் தேசத்தின் விடுதலைதான் பெரியது. எனவே இந்த மரண தண்டனை பெரிதல்ல என்று முடிவு செய்து விட்டுத்தான் அவர்கள் களத்திற்கு வருகிறார்கள், ஆகையினாலே இந்த மூன்று பேரையும் மரண தண்டனைத் தடுக்கவில்லையென்றால், பிறகு மரண தண்டனை எதற்காக என்று ஒரு கேள்வி இருக்கிறது.

அதுமட்டுமல்லாமல், மரண தண்டனை என்பது ஒரு தண்டனையே அல்ல என்றும் பல கருத்துகள், இன்றைக்கு முன்னாள் நீதிபதிகளிடமிருந்தேகூடப் புறப்பட்டுக் கொண்டிருக்கின்றன. ஒருவன் திருடினான் என்றால் ஓர் ஆண்டு தண்டனை. ஒருவன் கையை வெட்டினான் என்றால் ஒரு மூன்று ஆண்டுகள், நான்கு ஆண்டுகள் தண்டனை. வீட்டை எரித்தான் என்றால் அதற்கு இத்தனை ஆண்டுகள் தண்டனை என்றுதான் நாம் சொல்கிறோம். நீங்கள் எண்ணிப் பாருங்கள் யாராவது ஒருவன் வீட்டை எரித்தான்

என்று வருகிறபோது சரி அவன் வீட்டை நீ எரிக்க வேண்டும், இவன் கையை வெட்டினான் என்றால் அவன் கையை நீ வெட்டலாம் என்று எந்த நீதிமன்றமும் தீர்ப்பு வழங்குவதில்லை. அது பழிக்குப் பழியாகுமே தவிர தண்டனை ஆகாது. அதைப்போலவே கொலை செய்தான் என்பதற்கர்கத் திருப்பிக் கொலை செய்வது என்பது எப்படித் தண்டனை ஆகும் என்கிற கேள்வியை நாம் சிந்திக்க வேண்டி இருக்கிறது. அது தண்டனை என்கிற நிலையிலே இருந்து மாறிப் பழிக்குப்பழி என்கிற நிலைக்கு வந்து விடுகிறது. இது பழைய காலத்திற்கு நம்மை அழைத்துச் செல்கிறது. ஆகையினாலே மரண தண்டனை என்பது அடிப்படையில் தண்டனையே இல்லை என்பதும், அந்த மரண தண்டனை அடுத்துக் கொலை செய்கிற யாரையும் அச்சுறுத்துவதாக இல்லை என்பதையும் நாம் ஏற்றுக் கொண்டால், மரண தண்டனை இனியும் நீடிக்க வேண்டுமா என்கிற வினாவுக்கு வேண்டாம் என்றுதான் அழுத்தமாய்ச் சொல்லத் தோன்றுகிறது.

□

ஜப்பானின் வளர்ச்சி

உலகத்திலே அமெரிக்காவுக்கு அடுத்ததாக இரண்டாவது இடத்திலே இருக்கிறவர்கள் ஜப்பானியர்கள்தான். அமெரிக்காவினுடைய டாலரையும், ஐரோப்பாவினுடைய யூரோவையும்கூட ஜப்பான் போட்டிக்கு அழைத்துக் கொண்டிருக்கிறது. அவர்களாலே தாக்குப் பிடிக்க முடியாத அளவுக்கு ஜப்பானியருடைய நாணயத்தினுடைய மதிப்பு கூடிக் கொண்டிருக்கிறது.

உலகநாடுகளை நலிந்த நாடுகள் என்றும், வளர்ந்த நாடுகள் என்றும் வளரும் நாடுகள் என்றும் மூன்றாக வகைப்படுத்தலாம். இந்தியா போன்றவை வளரும் நாடுகள். அமெரிக்கா போன்ற மிகச் சில நாடுகள் வளர்ந்த நாடுகள். வளர்ந்த நாடுகளினுடைய எண்ணிக்கை மிகக் குறைந்த எண்ணிக்கைதான். ஆனால் அந்த குறைந்த எண்ணிக்கையிலே ஜப்பானும் இடம் பெற்றிருக்கிறது என்பது ஒரு பெரிய வியப்பைத் தருகிற செய்தி.

மற்ற நாடுகளெல்லாம் வளர்ந்த நாடுகளாக இருப்பதிலே இல்லாத ஒரு வியப்பு ஜப்பானுக்கு மட்டும் ஏன் என்று நீங்கள் கேட்கலாம். ஜப்பானுடைய நிலவியல் அமைப்பை, ஜப்பான் எதிர்கொள்கிற துன்பங்களை நாம் கணக்கிட்டுப் பார்த்தால் வளர்ந்த நாடாக ஜப்பான் வந்திருப்பது எவ்வளவு பெரிய செயல் என்று நம்மால் உணர

முடியும். குறிப்பாகச் சொல்ல வேண்டுமானால் இயற்கையே ஜப்பானுக்கு எதிராகத்தான் இருக்கிறது. உலகத்தில் வேறு எந்த நாட்டிலும் இல்லாத அளவுக்கு ஆண்டுக்குச் சராசரியாக 1500 முறை நிலநடுக்கம் வருகிற பூமி ஜப்பான் மட்டும்தான். ஏனென்றால் அதனுடைய நிலவியல் அமைப்பு அப்படி. பூமியினுடைய கீழ்த் தட்டுகள் இடம் பெயர்கிற இடத்திலேதான் ஜப்பான் இருக்கிறது. இது அப்படியும், இப்படியும் அசைகிறபோது நிலநடுக்கம் வருகிறது. சராசரியாக 1500 முறை நிலநடுக்கம் ஓர் ஆண்டுக்கு வருகிறது என்று சொன்னால் அதை எப்படி நம்புவது என்றும் புரியவில்லை. அந்த அளவுக்கு ஏதாவது ஒரு பகுதியில் நில நடுக்கம் வந்து கொண்டே இருக்கிறது.

ஜப்பானின் டியூப் ரயில்

எரிமலைகளும் ஜப்பானில்தான் மிகுதி. ஏறத்தாழ 145 எரிமலைகள் ஜப்பானில் இருப்பதாகக் கணக்கிட்டு இருக்கிறார்கள். அதிலும் பாதி எரிமலைகள் இன்னமும் உயிரோடு இருக்கின்றன. எந்த நேரத்திலும் வெடித்துச் சிதறுகிற நிலையிலே இருக்கின்றன. அவர்களுடைய வாழ்க்கை என்பதே நிலையற்றதாக இருக்கிறது. ஜப்பானுக்குப் போய்வந்த நண்பர்கள் சொல்லுவார்கள், "அவர்கள்

பெரும்பாலும் நிலையாக வீடுகளைக் கட்டிக்கொள்வதில்லை, எந்த நேரத்திலும் அங்கிருந்து இடம் பெயர்ந்து விடுவதற்கு ஏதுவாகத்தான் அவர்களுடைய வாழ்க்கை முறையை அமைத்துக் கொண்டிருக்கிறார்கள். அதிலும் நாம் இன்னும் குறித்துக் கொள்ளவேண்டிய செய்தி என்னவென்றால், எரிமலைகளை நினைத்தாலே நாம் அஞ்சுகிறோம். அவர்கள் அதைக் கண்டும்கூட அஞ்சுவதில்லை. எரிமலைகள் வெடிக்கும் என்று தெரியும். வெடித்ததற்குப் பிறகு சில இடங்களிலே அதுவும் கியூஸ் என்கிற இடத்திலே எரிமலைகள் வெடித்துச் சிதறி அடங்கி விட்டன... அணைந்து விட்டன. அதற்குப் பிறகு இப்போது அந்த நிலத்தை பண்படுத்தி அவர்கள் விவசாயம் செய்து கொண்டிருக்கிறார்கள் என்று சொன்னால் நம்மால் நம்ப முடியவில்லை.

இத்தனை இயற்கையின் எதிர்ப்புகளுக்கிடையிலே, ஒருபக்கம் எரிமலை, இன்னொரு பக்கம் நிலநடுக்கம் என்கிற எதிர்ப்பு களுக்கு இடையிலே ஜப்பான் வளர்ந்தது. எல்லாவற்றையும் தாண்டி உலகில் எந்த நாடும் சந்திக்காத ஒரு மிகப்பெரிய பேரழிவையும் 1945-ஆம் ஆண்டு ஜப்பான் சந்தித்தது. அமெரிக்கா அணுகுண்டு போட்டது ஜப்பானிலேதான் என்பதை நாம் அறிவோம். 45-ஆம் ஆண்டு ஆகஸ்டு மாதம் 6-ந்தேதி அந்த அணுகுண்டு உலகத்தில் முதன் முதலாக இந்த பூமியைத் தொட்டது. அதனுடைய நேரத்தை எல்லாம் மிகச் சரியாகக் குறித்து வைத்திருக்கிறார்கள். 8 மணி, 15 நிமிடம், 17 நொடிகளுக்கு ஜப்பான் நேரப்படி அந்த அணுகுண்டு விழுந்தது. அந்த அணுகுண்டுக்கு அமெரிக்கா வைத்த பெயர் என்ன தெரியுமா? லிட்டில் பாய் என்பது. சின்னப்பையன் என்று பெயரிட்டார்கள். ஒரு சின்னப்பையன் நாட்டையே அழித்து விட்டான். அன்றைக்கு அமெரிக்காவின் அதிபராக இருந்தவர் அணுகுண்டை போடுவதற் கான பச்சைக்கொடியைக் காட்டினார். அதனால் வரலாற்றில் அவருக்கு ஒரு கறை இன்னமும் இருக்கிறது. 6-ஆம் தேதி ஹிரோஷிமா விலும், 9-ஆம்தேதி நாகாசாகியிலும் இரண்டு குண்டுகளை அமெரிக்கா ஜப்பான் மீது வீசியது. அதனுடைய விளைவுகள், பின் விளைவுகள் என்ன என்று கணக்குப் பார்த்தால், நம்மால் எண்ணிப்பார்க்க முடியாத அளவுக்குத் துயரங்களும், கொடூரங்களும் நடந்து இருக்கின்றன. அந்த அணுகுண்டு வீச்சில்

தப்பிப் பிழைத்த ஒரு சிலர், பின்னால் அதுபற்றிய செய்திகளைத் தந்துள்ளனர். இன்றைக்கும் அவை பல ஏடுகளில் பதிவாகியிருக்கின்றன.

ஒரு மருத்துவர் சொல்லுகிறார், தன்னிடத்திலே வந்த நோயாளிகளுடைய நிலை என்னவாக இருந்தது என்று சொல்கிறார். அவர்களுடைய சதைகள் எல்லாம் ஈரமாகவும், சொதசொத வென்றும் இருந்தன, பிணங்களை அகற்றுவதுகூடப் பெரிய காரியமாக இல்லை. ஆனால் உயிரோடு இருந்தவர்கள் எடுத்த வாந்தியையும், அவர்களை அறியாமலேயே அவர்களால் வெளியேற்றப்பட்டுவிட்ட சிறுநீர், மலம் போன்ற கழிவுகளையும் அப்புறப்படுத்துவதுதான் மிகப்பெரிய துன்பமாக இருந்தது என்று சொல்கிறார். நாம் அறியாமலேயே எல்லாக் கழிவுகளும் வெளியேறுகின்றன என்பது மனித வாழ்க்கையினுடைய மிகப் பெரிய அவலம். சிலர் தங்களுடைய குடலைத் தாங்களே கையில் ஏந்திக் கொண்டு ஓடி வந்தார்கள் என்றும் அவர் எழுதுகிறார்.

அன்றைக்குத்தான், அப்போது இறந்தவர்களுக்குத்தான் துன்பம் என்று கருதவேண்டாம். இறந்துபோனவர்கள் ஏறத்தாழ 2 லட்சம் பேர் என்று சொல்லுகிறார்கள். இரண்டு லட்சம்பேர் இறந்து போனார்கள் என்பது மட்டுமே அல்ல, அதற்குப் பிறகும் ஏறத்தாழ இரண்டு தலைமுறைகளுக்கு அதனுடைய பாதிப்பு இருந்தது. சில குழந்தைகள் ஊனமாகப் பிறந்தன. பலருக்குப் புற்றுநோய் வருவது என்பது அங்கு ஒரு இயல்பான நிலை ஆகி விட்டது. எனவே மிகப்பெரிய பின்விளைவுகளை, இரண்டு தலைமுறைகளுக்கான பின்விளைவுகளை அந்த இரண்டு அணுகுண்டுகளும் ஏற்படுத்தின என்பதை நாம் எண்ணிப் பார்க்க வேண்டும்.

நிலநடுக்கம், எரிமலைகள் என்பது ஒரு பக்கத்திலே அமெரிக்காவினுடைய அணுகுண்டுகள் என்பது இன்னொரு பக்கத்திலே... இவ்வளவையும் தாண்டி இன்றைக்கு வளர்ந்த நாடுகளுள் ஒன்றாக ஜப்பான் ஆகி இருக்கிறது. இப்போது சொல்லுங்கள் வியப்பா? இல்லையா? அதுவும் எவ்வளவு பெரிய வளர்ந்த நாடாக ஆகியிருக்கிறது தெரியுமா? உலகில் 13 வங்கிகள் உலக வங்கிகளாக இருப்பதே ஜப்பானுடைய வங்கிகள்தான். பாங்க் ஆப் டோக்கியோ உள்பட 13 வங்கிகள், ஜப்பானுடைய வங்கிகள்

இன்று உலகம் முழுமைக்கும் பரவிக் கிடக்கின்றன. அதுமட்டுமல்ல, கணிப்பொறித்துறையில் உலகத்திலே அமெரிக்காவுக்கு அடுத்ததாக இரண்டாவது இடத்திலே இருக்கிறவர்கள் ஜப்பானியர்கள்தான். அமெரிக்காவினுடைய டாலரையும், ஐரோப்பாவினுடைய யூரோவையும்கூட ஜப்பான் போட்டிக்கு அழைத்துக் கொண்டிருக்கிறது. அவர்களாலே தாக்குப் பிடிக்க முடியாத அளவுக்கு ஜப்பானியருடைய நாணயத்தினுடைய மதிப்பு கூடிக் கொண்டிருக்கிறது,

இதை எல்லாம் தாண்டி அவர்கள் கட்டுமானப் பணிகளிலே செய்திருக்கிற சாதனைகளை நினைத்துப் பார்த்தால், அதுவும்கூட ஒரு வியப்பாக இருக்கிறது. கடலுக்கு அடியிலே ஒரு பெரிய பாலத்தை அவர்கள் அமைத்திருக்கிறார்கள். கடலுக்கு அடியிலே வேறு நாடுகளுக்கும் பாதைகள் அவர்கள் அமைத்திருக்கிறார்கள். கடலுக்குள் வேறு நாடுகளிலும் பாலங்கள் இருக்கின்றன. இங்கிலாந்திலிருந்து பிரான்சுக்கு கடலுக்கு அடியிலே Tube Train என்று சொல்லுவார்கள், அதிலே வர முடியும். ஆனால் ஜப்பானில் இருக்கிற அளவுக்கு நீளமான கடலுக்கு அடியில் இருக்கிற பாலம் வேறு எங்கும் இல்லை. 33 மைல் நீளம். நினைத்துப் பார்க்கவே வியப்பாக இருக்கிறது. இரண்டு தீவுகள் பாலத்தினால் இணைக்கப் படுகின்றன. கடலுக்குக் கீழே பாலம் அமைத்திருக்கிறார்கள். அது 33.5 மைல் நீளம். எனவே இவைகள் எல்லாம் உலகச் சாதனை களாக இருக்கின்றன. குள்ளம் குள்ளமாக இருக்கிற மனிதர்கள் உலகத்தின் உயரமான இடத்தை நோக்கி வளர்ந்திருக்கிறார்கள், என்ன காரணம்... வேறொன்றுமில்லை... ஒரு வரியில் கூட வேண்டாம், ஒரு சொல்லில் சொல்வதானால் உழைப்பு என்பதுதான். தொடர்ந்த உழைப்பு, நம்பிக்கை, விடா முயற்சி, தனக்கு வந்த அழிவுகளையும், பேரழிவுகளையும் எதிர்கொண்டு அவைகளையெல்லாம் பற்றிக் கவலைப்படாமல் உழைத்துக் கொண்டிருந்த ஒரே காரணம், இன்று ஜப்பானை நலிந்த நாடுகளிலிருந்து வளர்ந்த நாடாக ஆக்கியிருக்கிறது. ஒவ்வொரு நாடும் வளர்ந்த நாடாக... இந்தியா மட்டுமல்ல, உலகத்திலே இருக்கிற ஒவ்வொரு நாடும் வளர்ந்த நாடாக இருக்க வேண்டும் என்பதுதான் நம்முடைய விருப்பம்.

□

நரை முடி

நரை திரை வந்து விட்டது என்று கவலைப் படாதீர்கள். உலகத்திலே அந்த வாய்ப்பு பலருக்கு வராமலேயே போயிருக்கிறது. எத்தனைபேர் இளமைக்காலத்திலேயே இறந்து போய் விடுகிறார்கள். எத்தனையோ அறிஞர்கள், எத்தனையோ கவிஞர்கள் இளமையிலேயே இறந்து போய் விடுகிறார்கள்.

முதன் முதலாக ஒரு நாள் என் தலையில் ஒரு நரை முடியை நான் பார்த்தபோது, எனக்குப் கொஞ்சம் வருத்தமாகத்தான் இருந்தது. ஆனால் இப்போது வருத்தப்பட முடியாத அளவுக்குத் தலையில் நரை முடிகள் வந்து விட்டன. எல்லோருக்குமே இப்படியொரு மனநிலை இருக்கிறது. நரை வந்து விட்டால் தனக்கு வயதாகிறதே என்று கவலை.

எல்லோருக்கும் நிறைய அனுபவம் வேண்டும் என்கிற ஆசை இருக்கிறது. ஆனால் வயதாகக் கூடாது என்கிற கவலையும் இருக்கிறது. இது ஒரு முரண். இரண்டில் ஒன்றுதான் நடக்கும். எல்லோருக்குமே இந்த நரை பற்றிக் கவலை ஏன் வருகிறது என்றால் இளமையிலே இருந்து நாம் விடை பெற்றுக்கொள்கிறோம் என்பதற்கான அறிகுறி நரை என்பதுதான். கவிஞர் கண்ணதாசன், ''காதோரம் தோன்றும் நரை கடவுள் தரும் முதல் கடிதம்'' என்பார். என் நண்பர்கள் என்னைக் கேலி செய்வார்கள். உங்களுக்கு நிறைய கடிதங்கள் வந்து விட்டதுபோலிருக்கிறதே என்று.

நான் இன்னொருவரைச் சொல்வேன். அவருக்கு தலை முழுவதும் நரை. அவருக்குத் தந்தியே வந்துவிட்டது. அவரே கவலைப்படவில்லை, நான் ஏன் கவலைப்பட வேண்டும் என்று விளையாட்டாகச் சொல்லுவேன். இந்த நரை முடியைப் பற்றி ஒரு சிந்தனைகூட எனக்கு வந்தது. ஏன் நாம் நரையைப் பார்த்துக் கவலைப்படுகிறோம். வயது ஆனால் ஆகட்டும் என்ற எண்ணம் நமக்கு ஏன் வரவில்லை என்று இன்னொரு கேள்வி வருகிறது. இந்தக் கேள்விக்கான ஒரு சரியான விடையை, ஆறுதலை அல்லது ஊக்கத்தை ஒருமுறை நான் அறிந்தேன். மதுரா டிராவல்ஸ் உரிமையாளர் வி.கே.டி.பாலன் அண்ணாவோடு பேசிக்கொண்டி ருக்கிறபோது, அவருடைய மேசையிலே ஒன்றை எழுதி வைத்திருந்தார். நரை திரை வந்து விட்டது என்று கவலைப் படாதீர்கள். உலகத்திலே அந்த வாய்ப்பு பலருக்கு வராமலேயே போயிருக்கிறது என்று எழுதியிருந்தார். அப்போதுதான் எனக்குப் பளிச்சென்று இன்னொரு பகுதி பட்டது. எத்தனைபேர் இளமைக்காலத்திலேயே இறந்து போய் விடுகிறார்கள்.

எத்தனையோ அறிஞர்கள், எத்தனையோ கவிஞர்கள் இளமையிலேயே இறந்து போய் விடுகிறார்கள். மிகப்பெரிய தத்துவஞானி என்றெல்லாம் சொல்லுகிற விவேகானந்தரும், பாரதியாரும் நாற்பது ஆண்டுகள்கூட இந்த உலகத்திலே வாழவில்லை. 30 ஆண்டுகளுக்கு உள்ளாகவே ஷெல்லியும், கீட்ஸ்சும், பைரனும், நம்முடைய பட்டுக்கோட்டை கல்யாணசுந்தரமும் இறந்து விட்டார்கள். பட்டுக்கோட்டைக்கு 29 வயதுதான். கல்யாணப் பரிசிலே அவர் பாடியிருக்கிற பாடல்களுக்கு இன்னும் 100 ஆண்டுகள் வயதிருக்கிறது. ஆனால் அவர் இந்த உலகத்திலே வாழ்ந்தது 29 ஆண்டுகள்தான். எனவே மிகப்பெரிய அறிஞர்கள் பலர் சின்ன வயதிலேயே இறந்து போயிருக்கிறார்கள். நமக்கு இத்தனை ஆண்டுகாலம் வாழ்வதற்கு ஒரு வாய்ப்பு கிடைத்திருக்கிறதே என்று மகிழ்ச்சி அடையாமல், வயதாகிறதே என்று கவலைப்படலாமா என்று அந்த வரிகள் என்னைப்பார்த்துக் கேட்பதைப்போல் இருந்தன. நரை பற்றிய கவலையை அந்த வரிகள் மொத்தமாகத் துடைத்தெறிந்து விட்டன என்று சொல்லவேண்டும். இது ஓர் அனுபவம்.

மற்ற எல்லாவற்றிலும் வெள்ளையும், சிவப்பும் அழகென்று நினைக்கின்ற மனிதர்கள், தலை முடிமட்டும் கறுப்பாக இருக்க வேண்டும் என்று கவலைப்படுகிறோம். உடம்பு சிவப்பாகவும், வெள்ளையாகவும் இருக்கவேண்டும். கறுப்பாய் இருந்தால் கவலையாய் இருக்கிறது. தலைமுடி வெள்ளையாய் இருந்தால் கவலையாய் இருக்கிறது. வண்ணங்களைப் பார்த்து நமக்குப் பல எண்ணங்கள் தோன்றுகின்றன. இது ஒன்றும் அழகுக் குறைவல்ல. இது கறுப்பும், வெள்ளையும் கலந்த அழகு என்று சொல்லிப் பழக வேண்டும். இன்னும் முழுமையாகவே வெள்ளையாகி விட்டால், அதற்கும் நம்முடைய கவிக்கோ அப்துல்ரகுமானுடைய அழகான வரி இருக்கிறது, ''இது நரை அல்ல... மூச்சுக்குதிரை தள்ளிய நுரை'' அவ்வளவுதான். ஓடிஓடிஓடி இந்த மூச்சுக்குதிரை தள்ளிய நுரை. எல்லாவற்றையுமே அழகாகப் பார்ப்பது. அந்தந்த வயதில் அது...அது அழகுதான். இளமையிலே நரை வந்தால் நீங்கள் வருத்தப்படலாம். ஆனால் முதுமையிலே நரை வருவதற்கு என்ன வருத்தப்பட வேண்டியிருக்கிறது. அது இயற்கைத் தருகிற

இன்னொரு அழகு. இளமை ஒருவிதமான அழகு, முதுமை இன்னொரு விதமான அழகைத்தருகிறது என்று நாம் எடுத்துக் கொள்வோம். அதை இயல்பாக்கிக் கொள்வோம்.

இந்த நேரத்திலே நாம் இன்னொன்றையும் சொல்லியாக வேண்டும். அப்படியானால் தலைக்குக் கறுப்பு மை அடித்துக் கொள்கிறவர்கள் எல்லாம் தவறு செய்கிறார்களா? இல்லை, அப்படி இல்லை. மனிதர்களுக்கு எல்லா நிலையிலும் ஒரு கர்வம் வரும். என்ன கர்வம் என்றால் பாருங்கள் நாம் இதைப்பற்றி எல்லாம் கவலைப்படவில்லை. அவர்கள் எல்லாம் கவலையாயிருக்கிறார்கள். அவர்கள் போலியாயிருக்கிறார்கள். அவர்கள் எல்லாம் தங்களை மறைத்துக் கொள்கிறார்கள் என்ற எண்ணம் வரும். அதுவும் சரியானதில்லை. அப்படி கறுப்பு மை பூசிக் கொள்வது பெரிய தவறான காரியமில்லை. அதையும் நாம் ஏற்றுக் கொள்ளவேண்டும். ஏனென்றால் அது எங்கே இருந்து வருகிறது என்றால், தன்னை இளமையாகப் பார்த்துக் கொள்ளவேண்டும் என்ற எண்ணத்திலிருந்து வருகிறது. அப்படி நினைப்பதிலே என்ன பிழை? இளமையாகத் தோன்றுகிறபோதுதான் இன்னும் கூடுதலாகக் காரியங்களைச் செய்ய முடியும். ஒருவேளை இந்த நரை திரை என்பது நம் மனத்தைத் தளர்த்தி விடுமோ என்ற எண்ணத்திலே அதை நாம் மாற்றிக் கொள்வதற்காகத் தன்னுடைய அழகை, பொலிவை கூட்டிக் கொள்ளவே நினைக்கிறோம். நாம் அத்தனை பேரும் நம்மை அழகுபடுத்திக் கொள்கிறோமா, இல்லையா? எல்லோரும் தலை சீவிக் கொண்டுதானே வருகிறோம். பலபேர் முகம் மழித்துக் கொள்கிறோமல்லவா? அத்தனை பேரும் உடுத்திக் கொண்டுதானே வருகிறோம், இவை எல்லாமே நம்மை அழகு படுத்திக்கொள்வதுதான். அழகுபடுத்திக் கொள்வதிலே இதுதான் எல்லை என்பதில்லை. அது வேறுவேறாக இருக்கலாம்.

சிலர் இந்த அழகு போதும் என்று கருதுகிறோம். அல்லது இதை அழகு என்று நினைத்துக் கொள்கிறோம். மற்றவருக்குத்தான் தெரியும் நாம் அழகா இல்லையா என்பது. கண்ணாடியில் எல்லோரும் தனக்குத்தானே அழகன் என்று கருதிக்கொள்கிறோம். எனவே இன்னும் கொஞ்சம் தன்னை அழகுபடுத்திக் கொள்வதிலே பிழை இல்லை. இன்னமும் சொன்னால் உளவியலிலே 'ஆட்டோ சஜ்ஜஷன்' என்று சொல்வர்கள். தனக்குத்தானே

5

சொல்லிக் கொள்வது. நாம் இளமையாக இருக்கிறோம். நாம் நிறைவாக இருக்கிறோம் என்று நமக்குநாமே சொல்லிக் கொள்கிறபோதுதான் மனம்...ஆம் என்று திருப்பிச் சொல்கிறது. எப்போது பார்த்தாலும் மனம் நொந்து கொண்டிருக்கிறவன் வாழ்க்கையில் உற்சாகமாக எந்தக் காரியத்தையும் செய்ய முடிவதில்லை. யாரையாவது நீங்கள் கேளுங்கள்... எப்படி இருக்கிறீர்கள் என்று கேட்டால் ஏதோ இருக்கிறோம்... ஏதோ உங்கள் புண்ணியத்திலே இருக்கிறோம்... என்று பலபேர் சொல் கிறார்கள். எப்படி இருக்கிறீர்கள் என்று கேட்டால் ஆனந்தமாக இருக்கிறேன் என்று எத்தனைபேர் விடை சொல்கிறார்கள்? அப்படி இருக்கக் கற்றுக் கொள்ளவேண்டும். அப்படி இருப்பதாக நினைத்துக் கொள்வதிலே எந்தத் தவறும் இல்லை. அப்படி நினைத்துக் கொள்வதற்கு இந்தக் கறுப்பு மை பூசிக் கொள்வது ஒரு விதத்திலே உதவுகிறது. பார்க்கிறபோது இளமையான தோற்றம் இருக்கிறது. இன்னும் ஏராளமான வேலைகளை, சொந்த வேலைகளை, சமூக வேலைகளை வீட்டு வேலைகளை நாம் செய்யலாம் என்கிற உணர்வைப் பெறுவதற்காக நம்மை இளமையாக ஆக்கிக் கொள்ளவேண்டும் என்பதற்காகச் சிலர் மை பூசிக்கொள்கின்றனர்.

அப்படியானால் நீங்கள் ஏன் கறுப்பு மை பூசிக் கொள்ளவில்லை என்று கேட்டால் இரண்டு காரணங்கள் தான். பூசிக்கொள்ளக் கூடாது. அழகுபடுத்துவது தவறு என்கிற எண்ணமெல்லாமல்ல. அதில் இருக்கிற வேதியியல் பொருள்கள் சிலருக்குச் சில நேரங்களிலே ஒத்துவருவதில்லை. நாம் அதைப் பூசிச் சோதித்துப் பார்க்க வேண்டாம் என்று தோன்றுகிறது. இரண்டாவது நமக்கு இருக்கிற நேரத்தில் இதற்குச் செலவிட வேண்டாம் என்று தோன்றுகிறது. இது ஒரு பார்வை. அது இன்னொரு பார்வை. இரண்டும் சரியானது. இதுதான் சரி என்று பிடிவாதம் பிடிக்க வேண்டியதில்லை. முதுமை கண்டு அஞ்ச வேண்டியதுமில்லை. அதனைக் கொண்டாடிக்கொண்டே இருக்க வேண்டும் என்பதுமில்லை. இயற்கை தரும் எல்லாப் பருவங்களும் அழகானவை தான்.

பொதுநல வழக்கு

தனக்கு நேர்கிற துன்பத்துக்காகத் தான் நாம் நீதிமன்றத்துக்குப் போகவேண்டும் என்பதில்லை. சமூகத்தில் நேர்கிற அவலங்களுக்காகவும் போகலாம். பொதுநல வழக்கு என்பதை விடச் சமூகநல வழக்கு என்று அதைச் சொல்லலாம். சமூகத்திலே இருக்கிற குறைபாடுகள், அடுத்த மனிதன் படுகிற துன்பத்துக்காகக்கூட நாம் வழக்குக்குப் போக முடியும்.

யார் வேண்டுமானாலும் இந்தியாவினுடைய குடியரசுத் தலைவர் ஆகி விட முடியும் என்பது ஒரு நல்ல நம்பிக்கை. ஆனாலும் அது ஒருவிதமான மூடநம்பிக்கை, எல்லோரும் அப்படியெல்லாம் ஆகிவிட முடியாது. அதைப்போலவே யார் வேண்டுமானாலும் நீதிமன்றங்களுக்கு... உச்சநீதிமன்றம் வரை சென்று தங்களினுடைய நியாயங்களைப் பெற்று விட முடியும் என்பது சட்ட வரையறைப்படி சரிதான். ஆனால் நடைமுறையில் அவ்வளவு எளிதில்லை. நீதிமன்றங்களை நாம் அணுகுவதற்குள், அதுவும் ஏழை எளிய மக்கள் அணுகுவதற்குள் மிகப்பெரிய சிரமங்களை அவர்கள் சந்திக்க வேண்டியிருக்கிறது. பணப்பிரச்னை ஒருபக்கம் என்று சொன்னால், அங்கே இருக்கிற வழிமுறைகள் எல்லாம் அறிந்து, தாண்டி அடுத்த இடத்துக்குப் போவதற்கு மிகுந்த சிரமப்பட வேண்டியதாக இருக்கிறது.

வழக்குரைஞர்கள் பற்றியும், மருத்துவர்கள் பற்றியும் ஏராளமான நகைச்சுவைத் துணுக்குகள்

உண்டு. அதிலே ஒன்று, ''வரப்பு யாருக்குச் சொந்தம் என்று அண்ணன் தம்பி இரண்டுபேர் நீதிமன்றத்துக்குப் போனார்கள். வழக்கு முடிந்து தீர்ப்பு வழங்குகிறபோது, வயல்கள் இரண்டும் வழக்குரைஞர்களுக்குச் சொந்தமாக இருந்தன என்று சொல்வார்கள். வரப்புக்காகத்தான் இரண்டுபேரும் சண்டை போட்டுக் கொண்டார்கள். கடைசியாக வயலே போய்விட்டது'' என்று நகைச்சுவைத் துணுக்குகள் எல்லாம் உண்டு.

நான் இதுபற்றி ஒருமுறை, அன்றைக்கு வழக்குரைஞராக இருந்த இன்றைய நீதியரசர் மதிப்புமிகு சந்துரு அவர்களிடம் பேசிக் கொண்டிருந்தேன். நானும் அவரும் டெல்லியிலே ஒரு கருத்தரங்கத்திற்குப் போய்விட்டுத் திரும்புகிறபோது, விமானத்திலே பேசிக்கொண்டே வந்தோம். இப்படி எளிய மக்கள் அணுகுவதற்கு மிகக் கடினமாக இந்த நீதிமன்ற வழிமுறைகள் இருக்கின்றனவே என்று கேட்டபோது, அவர் பொதுநல வழக்குகள் இன்றைக்கு வந்து கொண்டிருக்கின்றன என்றும், அது பற்றிய சில விவரங்களையும் சொன்னார். அவை மிகப் பயனுள்ளவையாக இருந்தன.

அமெரிக்காவில் 1960களிலே ஒரு வழக்கு நடைபெற்றது. இடியன் வழக்கு என்று அதனை அவர் குறிப்பிட்டார். 60களினுடைய மையத்திலே இடியன் என்று ஒரு கைதி அமெரிக்காவினுடைய உயர்நீதிமன்றத்துக்கு ஒரு கடிதம் அனுப்பினான். கடிதம் தான். ஒரு பெரிய மனுவோ, அதற்கான வழக்குரைஞர்களின் கடிதமோ எதுவுமில்லாமல் அவன் வெறும் கடிதம் மட்டும் அனுப்பினான். சிறையிலே இருந்து அனுப்பினான். அங்கே இருக்கிற வழிமுறை எப்படியென்றால் இங்கே இருப்பதைவிடக் கடினம். ஒன்பது நீதிபதிகளும் சேர்ந்து ஏற்றுக்கொண்டால்தான் அந்த மனு வழக்காகக் கருதப்படும் என்கிற நிலை இருந்தது. எப்படியோ இடியன் எழுதிய அந்தக் கடிதத்தை அந்த நீதிபதிகள் ஏற்றுக்கொண்டார்கள். ஏற்றுக்கொண்டு அந்த வழக்கை விசாரித்தார்கள். அந்த வழக்கு என்னவென்றால் அவனுக்குக் கீழ் நீதிமன்றம் தண்டனை கொடுத்தது. மேல்முறையீட்டுக்குப் போனபோது அந்த நீதிமன்றமும் தண்டனை கொடுத்தது. இடியன் தன்னுடைய கடிதத்தில் என்ன எழுதி இருந்தான் என்றால் எனக்கு இந்த நீதிமன்றங்கள் சரியான, சட்ட

ஆலோசகர்களை வழங்கவில்லை. அங்கே அது ஒரு சட்டம். நாமேதான் வழக்குரைஞர்களை ஏற்பாடு செய்துகொள்ள வேண்டும் என்பது இல்லை. இயலாதவர்களுக்கு நீதிமன்றங்களே சரியான வழக்குரைஞர்களை அமர்த்திக் கொடுக்கவேண்டும். அப்படி சரியான வழக்குரைஞர்களை இந்த நீதிமன்றங்கள் அமர்த்திக் கொடுக்கவில்லை என்பதுதான் அவனுடைய வாதம். அந்த ஒன்பது நீதிபதிகளும் அது உண்மைதான் என்று ஏற்றுக்கொண்டு அந்த இடியனை விடுதலை செய்து விட்டார்கள். உலக வரலாற்றில் பொதுநல வழக்கினுடைய தொடக்கம் அங்கேதான் என்று அவர் சொன்னார்.

வி.ஆர்.கிருஷ்ணய்யர்

சரி இந்தியாவுக்குள் எப்போது வந்தது என்று கேட்டபோது, அதற்கு ஏறத்தாழ இன்னொரு பதினைந்து ஆண்டுகள் ஆயிற்று என்றார். உச்சநீதிமன்றத்தினுடைய தலைமை நீதிபதியாக வி.ஆர்.கிருஷ்ணஐயர் இருந்தபோது அப்படி ஒரு வழக்கு, வெறும் கடிதத்தைக் கொண்டு ஏற்றுக் கொள்ளப்பட்டது என்கிற தகவலையும் சந்துரு அவர்கள் எனக்குச் சொன்னார். 1980ஆக இருக்கலாம். அதற்கு சுனில் பாந்த்ரா வழக்கு என்று பெயர்.

சுனில்பாந்த்ரா என்ற ஒரு கைதி சிறைச்சாலையிலே இருந்தான். அவன் ஒரு கடிதத்தை மட்டுமே உச்சநீதிமன்றத்துக்கு அனுப்பினான். அந்தக் கடிதத்திலே என்ன எழுதப்பட்டிருந்தது என்றால், எனக்குப் பக்கத்துச் சிறையிலே இருக்கிற ஒரு கைதியைச் சிறை அதிகாரிகள் மிகக்கடுமையாகச் சித்ரவதை செய்து கொண்டிருக்கிறார்கள். அருகில் இருக்கிற எனக்கே சகித்துக் கொள்ளமுடியவில்லை. இதில் நீதிமன்றம் தலையிட வேண்டும் என்று ஒருகடிதத்தை எழுதினான். அப்படி எழுதலாமா, எழுதினால் ஏற்றுக் கொள்ளப்படுமா என்பதை எல்லாம் அறிந்து அந்தக் கைதி எழுதவில்லை. டெல்லியிலே இருக்கிற திகார் சிறையிலே இருந்து அப்படி ஒரு கடிதம் உச்சநீதிமன்றத்துக்குப் போனது. அதைக் கிருஷ்ண ஐயர் ஒரு மனுவாக ஏற்றுக்கொண்டு அந்த வழக்கு விசாரிக்கப்பட்டது. விசாரிக்கப்பட்டபோது அதில் சுனில்பாந்த்ரா எழுதியிருக்கிற செய்தி உண்மைதான் என்று அறியப்பட்டு, அந்த சிறை அதிகாரிகள் தண்டிக்கப்பட்டார்கள். இதுதான் இந்தியா வினுடைய முதல் பொதுநல வழக்கு.

இதை நாம் கவனிக்க வேண்டும். சுனில்பாந்த்ரா தன்னை அடிக்கிறார்கள் என்று அந்தக் கடிதத்திலே எழுதவில்லை. பக்கத்திலே இருக்கிற கைதியைத் துன்புறுத்துகிறார்கள்- அதாவது தனக்கு நேர்கிற துன்பத்துக்காகத் தான் நாம் நீதிமன்றத்துக்குப் போகவேண்டும் என்பதில்லை. சமூகத்தில் நேர்கிற அவலங் களுக்காகவும் போகலாம். பொதுநல வழக்கு என்பதைவிடச் சமூகநல வழக்கு என்று அதைச் சொல்லலாம். சமூகத்திலே இருக்கிற குறைபாடுகள், அடுத்த மனிதன் படுகிற துன்பத்துக்காகக்கூட நாம் வழக்குக்குப் போக முடியும் என்பதுதான் பப்ளிக் இன்ட்ரஸ்ட், அதுதான் பொதுநலம். அப்படித்தான் சுனில்பாந்த்ரா பக்கத்திலே இருக்கிற ஒரு கைதி சித்ரவதைக்கு உள்ளாகிறான் என்று எழுதிய கடிதத்தை அன்றைக்கு அந்த நீதிமன்றம் ஏற்றுக்கொண்டு அதை விசாரித்து அதற்குத் தீர்ப்பு வழங்கியபோது பொதுநல வழக்குகளுக்கான தொடக்கம் உருவாயிற்று. இன்றைக்கு ஏராள மாகப் பொதுநல வழக்குகள் வந்து குவிந்து கொண்டிருக்கின்றன.

எந்த ஒன்றுமே நல்லதாகத் தொடங்குகிறபோதும், சில நேரங்களிலே இன்னொரு பக்கத்துக்கும் போய்ச்சேரும். இன்றைக்குப் பொதுநல வழக்குப் போடுவதையே தொழிலாகச்

சிலபேர் வைத்துக்கொண்டு எங்கே பார்த்தாலும் ஏதாவது ஒன்றுக்கு வழக்கு போட்டுக் கொண்டே இருக்கிறார்கள். அவர்களாலே நீதிமன்றங்களுக்கு மேலும் மேலும் தொல்லைகள் வந்து சேருகிற கட்டமும் வருகிறது. மக்களுக்குக்கூட நலம் வருவதற்குப் பதிலாக தொல்லைகளும் வரலாம். ஒரு விதத்திலே பார்த்தால் நீதி மன்றத்தில் ஏழை எளிய மக்கள்கூட அணுகுவதற்கு எளிய வாய்ப்பாக இந்த முறை இருக்கிறது. ஆனால் அது தவறாகப் பயன்படுத்தப்படுகிறபோது அது இன்னொரு விளைவையும் ஏற்படுத்துகிறது.

எனவே நாம் இதிலிருந்து அறிந்து கொள்ள வேண்டிய செய்தி, பொதுநல வழக்குகள் என்பவை மிகத் தேவையானவை. மிக நீண்ட நெடிய அணுகுமுறைகளை, வழிமுறைகளைத் தாண்டி எளிதில் நீதிமன்றத்தை அணுக முடியும் என்பதே சாதாரண மக்களுக்கு பெரிய ஊக்கமாக இருக்கிறது. அதை நாம் சரியாகப் பயன்படுத்த வேண்டும். பயன்படுத்த வேண்டிய இடங்களில் கண்டிப்பாகப் பயன்படுத்த வேண்டும். அதே நேரத்தில் அதை வேடிக்கையாகவும், பொழுது போக்காகவும் செய்து கொண்டிருக்கக்கூடாது. இரண்டுக்கும் இடைப்பட்ட நிலையிலே அதை நாம் புரிந்து கொண்டால், பொதுநல வழக்குகள் ஒரு புதிய அத்தியாயத்தை நமக்குத் திறந்து வைத்திருக்கின்றன என்பது ஒரு நல்ல செய்தி.

◻

அரசியல் பேசலாமா?

சிலர் சொல்கிறார்கள், அரசியல் ஒரு சாக்கடை என்று... அப்படியேகூட வைத்துக் கொள்ளலாம். சாக்கடையைச் சுத்தப்படுத்த வேண்டாமா? அரசியலிலே இருக்கிற அத்தனை பேரும் மோசமானவர்களுமில்லை. எத்தனையோ நல்ல மனிதர்கள், உண்மையாகச் சமூகத்துக்கு சேவை செய்ய வேண்டும் என்கிற எண்ணத்தில் வந்திருக்கிறவர்கள் அரசியலிலே இருக்கிறார்கள்.

அரசியல் என்றால் நமக்குள்ளே பொதுவாக ஓர் அச்சம் இருக்கிறது. அதனால்தான் பலர் தேனீரகங்களிலே தயவு செய்து அரசியல் பேசாதீர்கள் என்று எழுதி வைத்துள்ளனர். அரசியலுக்கும் அவர்களுக்கும் பெரிய விரோதம் இல்லை. யாராவது அரசியல் பேசத்தொடங்கி அது எங்கேயாவது சண்டையிலே வந்து முடிந்து, அவனுடைய கடைக்குப் பெரிய நட்டம் வந்துவிடக்கூடாதே என்ற அச்சத்திலேதான் அப்படி ஓர் அறிவிப்பை வைத்திருக்கிறார்கள். மாறாக, சில ஆண்டுகளுக்கு முன்பு என்னுடைய நண்பர்கள் சிலர் எண்ணூர்ப் பகுதியிலே ஒரு தேனீரகம் திறந்தபோது மிகக் கவனமாக ஒரு அறிவிப்புப் பலகையை எழுதி வைத்திருந்தார்கள். தயவு செய்து இங்கு எல்லோரும் அரசியல் பேசவும் என்று எழுதி வைத்திருந்தார்கள்.

வந்தவர்கள் எல்லாம் தேனீர் குடிக்காமல் இந்த அறிவிப்பைப் பார்த்து விட்டு வியப்பாக இது

என்ன இப்படி எழுதி வைத்திருக்கிறார்களே என்று நினைத்தார்கள். தயவு செய்து இங்கு அரசியல் பேசவும் என்று யாரும் சொல்லமாட்டார்கள். அவர்கள் ஏன் அப்படி எழுதி வைத்தார்கள் என்றால் அரசியல் விழிப்புணர்வு மக்களுக்கு வரவேண்டும் என்பதற்காகத்தான். நாம் வரலாற்றைப் புரட்டிப் பார்த்தால் ஒன்றைச் சரியாக அறிந்து கொள்ள முடியும். 18-ஆம் நூற்றாண்டின் இறுதியில் பிரெஞ்சுப் புரட்சியே தேனீரகங்களில் இருந்துதான் புறப்பட்டது என்று வரலாற்று ஆசிரியர்கள் குறிப்பிடுவார்கள்.

பிரெஞ்சுப் புரட்சியை சித்தரிக்கும் ஒரு ஓவியம்

ரூசோவினுடைய சிந்தனைகள் எல்லாம் தேனீரகங்களில்தான் அலசப்பட்டன. பிரான்சு நாட்டினுடைய தலைநகரம் பாரீஸ். பொதுவாக எப்படி இருக்குமென்று, இன்று நாம் புதுவையைப் பார்த்தால் அறிந்து கொள்ளலாம். சதுரம் சதுரமாக இருக்கும். தெருக்கள் எல்லாம் சதுரமாக இருக்கும். ஒவ்வொரு தெருவின் மூலையிலும் தேனீரகம் இருக்கும். பாரீசில் இன்றைக்கும் பார்க்கலாம். அதை காப்பி ஷாப் என்று அவர்கள் சொல்வார்கள். அதில் வெறும் தேனீர் மட்டுமல்ல காப்பியும் அருந்தலாம், மதுவும் அருந்தலாம். அவர்களுடைய பருவ நிலைக்கும், பண்பாட்டுக்கும் ஏற்ற

வகையிலே ஒவ்வொரு தெருவின் முனையிலேயும் அப்படி ஒரு காப்பி ஷாப் இருக்கும். அங்கு அரசியல் பேசப்பட்டது. அரசியல் உருவாகி விழிப்புணர்வு ஏற்பட்டு, பிரெஞ்சுப் புரட்சி கருக்கொண்ட இடம் அந்த தேனீரகங்கள்தான் என்று குறிப்பிடுகிறார்கள்.

தமிழ்நாட்டிலேகூட நம்முடைய முதலமைச்சர் ஒரு முடி திருத்தும் கடையைத் திறந்து வைத்தபோது, முடிதிருத்தும் கடையை முதலமைச்சர் திறக்கலாமா என்று ஒரு கேள்வி வந்தது. அதற்கு அவர் விடை சொன்னார் முடிதிருத்தும் நிலையங்களிலும், தேனீரகங்களிலும்தான் நம்முடைய இயக்கம் வளர்ந்தது என்று. அதுதான் உண்மை. ஏன் முடிதிருத்தகங்களிலும், தேனீரகங்களிலும் அரசியல் வளர்கிறது என்றால் அங்கேதான் பொதுவாக மக்கள் கொஞ்சம் பரபரப்பு இல்லாமல் சந்தித்துக் கொள்கிறார்கள். மற்ற எல்லா இடங்களிலும் மக்கள் ஓர் இயந்திரமாக இருக்கிறார்கள். பரபரப்பாகத்தான் மனிதர்கள் இயங்கு கிறார்கள். ஆனால் முடி திருத்துகிற நிலையத்திலே அவர்கள் பரபரப்பாக இருக்க முடியாது. ஏறத்தாழ அரை மணிநேரம், ஒரு மணிநேரம் காத்திருக்க வேண்டிய கட்டாயம் அங்கே வருகிறது.

காத்திருக்கிறபோது அங்கே இருக்கிற பத்திரிகைகளையெல்லாம் படிக்கிறார்கள். படிக்கிற வழக்கமே இல்லாதவர்கள்கூட முடி திருத்த நிலையங்களிலே படிப்பதை நாம் பார்க்கலாம். வரி விளம்பரம் உள்பட எல்லாவற்றையும் படித்துவிடவேண்டிய கட்டாயம் சில நேரங்களிலே நமக்கு நேரும். காத்திருக்கிறபோது வேறு என்ன செய்வது. ஆனால் அது ஒரு சோகம். வேறு எதுவுமே செய்ய முடியாத நேரத்தில்தான் படிப்பது என்றால், அது எவ்வளவு பெரிய சோகம் என்பதை நீங்கள் கணக்கில் கொள்ளவேண்டும். ஆனால் படிக்கிற இடத்திலேதான் நாளேடுகளை, வார இதழ்களைப் படிக்கிறபோதுதான் அதைப்பற்றிய கருத்தை ஒருவர் சொல்ல, ஒருவர் மறுக்க ஒரு விவாதம் வருகிறது.

இவை தேனீரகங்களுக்கும் உரிய ஒரு நிலை. ஏனென்றால் தேனீரை அருந்திக் கொண்டிருக்கிறபோது, ஒரு பேச்சை எடுக்க, மற்றவர் அதை மறுக்க இப்படி ஒரு அரசியல் விவாதம் வருகிறது. திராவிட இயக்கங்கள் 50களிலே இப்படித் தேனீரகங்களிலும், முடி திருத்த நிலையங்களிலும்தான் வளர்ந்தது. ஏனென்றால் திராவிட இயக்கம் என்பது ஓர் ஒடுக்கப்பட்ட ஏழை- எளிய மக்களின், ஒரு

சாதாரண மக்களின் இயக்கமாக வளர்ந்தது. சாதாரண மக்கள் கூடுகிற இடத்திலே அரசியல் பேசப்பட்டது. நமக்கு இருக்கிற அச்சமெல்லாம் அரசியல் பேச்சினால் அடி-தடி வந்து விடுமோ என்பது. அரசியல் என்றாலே அடி-தடி என்ற நிலைமைக்கு மாறிவிட்ட நிலை வருத்தத்துக்குரிய ஒரு நிலை. அரசியல் என்பது ஒரு தத்துவ விவாதம். சித்தாந்த கோட்பாடுகள் பற்றி மக்கள் பேசிக்கொள்வதுதான் அரசியல். இரண்டு மூன்று சித்தாந்தங்கள் இருக்கலாம். எல்லோரும் ஒரே கோட்பாடுகளைக் கொண்டிருக்க முடியாது. இந்த சித்தாந்தம் தான் சரி, இல்லை இதுதான் சரியானது என்கிற விவாதம் ஆரோக்கியமானது. ஆனால் சித்தாந்தங்களை யெல்லாம் விட்டு விலகிப்போய்விட்டால் அடி-தடிதான் மிஞ்சும். ஆட்களைப் பற்றி விமர்சனம் செய்கிறபோது கலவரம்தான் அங்கே வந்து சேரும்.

எனவே அரசியலை நாம் அப்படிப் பார்க்கக் கூடாது. பொதுவாகவே மக்களுக்கு அரசியல் என்றால் ஓர் அச்சம். அது ஒரு கலவரபூமியே என்று கருதுகிறார்கள். ஆனால் மக்கள் எல்லோரும் அரசியலை விட்டு விலகி விட்டார்களா என்றால் கண்டிப்பாக இல்லை என்பதைத் தேர்தல் நாட்கள் நமக்குச் சொல்லும். தேர்தல் நாள்களிலே நீங்கள் பார்த்தால் கைக்குழந்தையோடும், கொளுத்துகிற வெயிலில், கொட்டுகிற மழையிலெல்லாம் வரிசையாக நின்று நம் மக்கள் வாக்களிக்கத்தான் செய்கிறார்கள். அது அரசியல் பங்களிப்புதான். அதற்கு வேறென்ன பொருள்? தேர்தல்களிலே நாம் வாக்களிக்கிறோம் என்றால் அது நம்முடைய அரசியல் பங்களிப்பு. நம்முடைய அரசியல் சார்பான கருத்துகளை நாம் அங்கு பதிவு செய்கிறோம் என்றுதான் பொருள். எனவே அரசியலிலிருந்து நாம் அன்னியப்படவில்லை. அன்னியப்படவும் முடியாது. சமூகத்தின் எல்லாத் தன்மைகளையும் அரசியல்தான் தீர்மானிக்கிறது. நீங்கள் அரசியலை விட்டு விலகி நின்றாலும், அரசியல் உங்களைவிட்டு விலகி நிற்காது... நிற்கவும் முடியாது. சமூகம் என்பதும் தேசம் என்பதும் எங்கே வேறுபடுகிறது என்பதைப் பார்த்தால் நாம் இந்த வேறுபாட்டைப் புரிந்து கொள்ளலாம்.

சமூகம் என்பது மக்களின் கூட்டம். அது எப்போது ஒரு தேசம், ஒரு நாடு ஆகிறது? அந்த சமூகக் கூட்டத்தின் மீது அதிகாரம் செலுத்துகிற ஓர் அரசு எப்போது உருவாகிறதோ அப்போது அது நாடாகிறது. ஓர் அரசுக்குக் கீழ் பல்வேறு சமூகங்கள் இருக்கலாம்.

பல்வேறு சமூகங்கள் என்று நான் சொல்லும்போது சாதியைக் குறிப்பிடவில்லை. பல்வேறு மொழிகள் சார்ந்த, பல்வேறு பண்பாடுகள் சார்ந்த, பல்வேறு சமூகங்கள்கூட ஓர் அரசின் கீழ் இருக்கலாம். அந்த அரசினுடைய இறையாண்மை எங்கே எல்லாம் செல்லுபடியாகிறதோ அந்த பகுதிகளையும் உள்ளடக்கித் தான் அதை ஒரு தேசம், ஒரு நாடு என்று சொல்கிறோம். அரசு இல்லாமல் ஒரு சமூகம் இருக்க முடியாது. அதைத்தான் நாம் கணக்கிலே வைத்துக் கொள்ள வேண்டும். எங்காவது ஒரு அரசு இல்லாமல் ஓர் சமூகம் இருக்க முடியுமா? எல்லாச்சமூகமும் ஏதாவது ஓர் அரசுக்கு உள்ளேதான் இருக்கிறது. எனவே சமூகம் அரசு சார்ந்ததாக இருக்கிற வரையில், அரசியல் சார்ந்ததாகத்தான் இருக்கும்.

இப்படிப்பட்ட சூழலில் அரசியலை விட்டு நாம் எப்படி அன்னியப்பட முடியும் அல்லது அரசியலைப் பார்த்து ஏன் அச்சப்பட வேண்டும்? சிலர் சொல்கிறார்கள், அரசியல் ஒரு சாக்கடை என்று... அப்படியே கூட வைத்துக் கொள்ளலாம். சாக்கடையைச் சுத்தப்படுத்த வேண்டாமா? அரசியலிலே இருக்கிற அத்தனை பேரும் மோசமானவர்களுமில்லை. எத்தனையோ நல்ல மனிதர்கள், உண்மையாகச் சமூகத்துக்குச் சேவை செய்ய வேண்டும் என்கிற எண்ணத்தில் வந்திருக்கிறவர்கள் எல்லோரும் அரசியலிலே இருக்கிறார்கள். தீயவர்களும் இருக்கிறார்கள். எந்தத் துறையில் தீயவர்கள் இல்லை. எந்தத் துறைகளிலே போலிகள் இல்லை. போலி உலகத்தில் இல்லாமல் இருக்கிறதா? தீயவர்கள் இல்லாத துறை எங்காவது இருக்கிறதா? எண்ணிக்கை கொஞ்சம் கூடுதலாக, குறைவாக இருக்கிறது என்று மக்கள் கருதினால், அந்தத் தீயவர்களின் எண்ணிக்கையைக் குறைக்க முயற்சிக்க வேண்டுமே தவிர தப்பித்து ஓடுவது ஒரு நாளும் தீர்வாகாது. அப்படியானால் எது தீர்வு? அரசியலை அறிந்து கொள்வதும், அரசியலிலே விழிப்புணர்வு பெறுவதும், நல்ல அரசியலை உருவாக்குவதும்தான் அதற்கான தீர்வு. ஒன்றை நீங்கள் நெஞ்சத்திலே வைத்துக் கொள்ளவேண்டும். என்ற என்பது உடனே ஒரு கட்சி சார்ந்த அரசியலை நான் சொல்கிறேன் என்று கருத வேண்டாம். கட்சிகள் இல்லாமல் அரசியல் இல்லை என்பது வேறு, ஆனால் அரசியல் என்பது சமூகம் பற்றிய அரசு பற்றிய பார்வை. நம்மை வழிநடத்திச் செல்லுகிற நெறிமுறைகள் பற்றிய பார்வை, விழிப்புணர்வு. அது அத்தனை பேருக்கும் வேண்டும்.

....
76 □ ஒன்றே சொல்! நன்றே சொல்! - முதல் தொகுதி

ஒப்புரவு

*அ*டுத்தவனுடைய இன்பத்தில் மட்டுமல்ல, அவனுடைய துன்பத்திலும் பங்கு கொள்ள வேண்டும். அதுதான் இந்தச் சமூகத்தினுடைய தன்மை. ஒருவருக்கொருவர் உதவிக்கொண்டால் இந்தச் சமூகம் என்பது இன்னும் மேல் நிலையை அடையும்.

தமிழில் மிக ஆழ்ந்த பொருளைக்கொண்ட சொற்களிலே ஒன்று ஒப்புரவு. ஆனால் இன்றைக்கு அது அதிகமாக வழக்கிலே இல்லை. அதனால் நம்மில் பலர் ஒப்புரவு என்றால் என்ன, அதற்கான பொருள் என்ன என்பதை அறியாமல் இருக்கலாம். கண்டிப்பாக அறிந்து கொள்ளவேண்டிய, பின்பற்றிச் செல்ல வேண்டிய ஒன்றுதான் ஒப்புரவு என்பது. ஆத்திச்சூடியிலே ஒப்புரவொழுகு என்று படித்திருக்கிறோம். திருக்குறளிலே ஒப்புரவு அறிதல் என்று ஓர் அதிகாரமே இருக்கிறது.

ஒப்புரவு என்பது என்ன பொருளைக் கொண்டது? ஒப்புரவு என்றால் அதற்கு உரையாசிரியர்கள் உலக நடை உணர்தல் என்று பொருள் தருகிறார்கள். உலக நடை என்றால் என்ன என்ற கேள்வி வருகிறது. உலகம் எப்படி இயங்க வேண்டும் என்ற ஒரு நிலை இருக்கிறது. ஏனென்றால் இந்த உலகம் என்பது தனி மனிதர்களை மட்டும் கொண்டதன்று. தனிமனிதர்களை உள்ளடக்கிய சமூகங்களைக் கொண்டது. சமூகமாகத்தான் இந்த உலகம் இயங்குகிறது. எனவே நீ வெறும் தனிமனிதனாக மட்டுமல்லாமல் சமூக மனிதனாகவும் இருக்கக்

கற்றுக்கொள்ள வேண்டும் என்பதுதான் ஒப்புரவு அறிதல். அதுதான் உலக நடை அறிதல். அதுவும்கூட யாரும் சொல்லிக் கொடுத்து வருவதன்று. நீயாக அறிந்து கொள்ள வேண்டியது என்பதாலேதான் அதற்கு வள்ளுவர் ஒப்புரவு அறிதல் என்றே தலைப்பு வைத்திருக்கிறார். ஒப்புரவு அறிவித்தல் அல்ல அறிதல்.

ஒப்புரவு. அதாவது இந்த சமூகம் இருக்கிறதே ஒருவருக் கொருவர் உதவிக் கொள்வதால்தான் இயங்குகிறது. ஒரு மனிதனுக்குத் தேவையான எந்த ஒன்றும் அவனுடைய சொந்த முயற்சியினால் மட்டுமே வந்து விடுவதில்லை. சமூகத்தின் பல்வேறு துறைகளிலே இருக்கிற பல்வேறு மக்களுடைய பல்வேறு வகையான உழைப்புகளினாலே தான் ஒவ்வொரு மனிதனின் தேவைகளும் நிறைவு செய்யப்படுகின்றன, இதுதான் அதனுடைய அடிப்படை.

நாம் எடுத்துக்காட்டுக்குச் சில செய்திகளைப் பார்க்கலாம். நாம் உடுத்திக் கொள்கிற உடை இருக்கிறது. யாருடைய நிலத்திலோ விளைந்த பஞ்சு, யாரோ நெய்தார்கள், யாரோ ஓரிடத்தில் இருந்து அதை இன்னொரு இடத்திற்குக் கொண்டு வந்தார்கள். யாரோ அந்த உடையை விற்பனை செய்தார்கள். நாம் அதைக்கூடத் துணியாக வாங்கி யாரிடமோ கொடுத்துத் தைத்து உடையாக உடுத்திக் கொண்டோம். ஒரு சட்டைக்கு இத்தனைபேருடைய, இத்தனை ஊருடைய தேவைகள் இருக்கின்றன என்று சொன்னால், நம்முடைய வாழ்க்கையின் ஒவ்வொரு பகுதியும் எப்படி நிறைவு செய்யப்படுகிறது என்று நாம் பார்க்க வேண்டும். எந்த ஒரு தொழிலை நாம் செய்தாலும் அதற்குத்தேவையான உபகரணங்கள், பல்வேறு இடங்களிலிருந்து, சில வேளைகளில் எல்லைகளை, எல்லாம் தாண்டி பல்வேறு நாடுகளில் இருந்துகூட வந்து குவிகின்றன. எனவே மனிதன் என்பவன் தனித் தீவு அல்லன். அவன் ஒரு சமூகத்திலும், ஒரு தேசத்திலும் இந்த உலகத்திலும் வாழ்ந்து கொண்டிருக்கிறான்.

எனவே ஒருவருக்கொருவர் உதவி செய்து கொள்வதுதான் ஒப்புரவு. ஆகையினாலேதான் வள்ளுவர் அதை ஒப்புரவு அறிதல் என்று சொல்லி இருபத்தி இரண்டாவது அத்தியாயமாக அறத்துப் பாலில் வைத்திருக்கிறார். வள்ளுவர் இந்த அதிகாரம் வைக்கும் முறையை எப்படிச் செய்திருக்கிறார், அதாவது எந்த

அதிகாரத்துக்கு அடுத்து எந்த அதிகாரம், அதற்கடுத்து எது என்று எப்படிப் பகுத்திருக்கிறார் என்று பார்த்தாலே அவர் எவ்வளவு பெரிய ஞானி என்பதை நாம் விளங்கிக் கொள்ளலாம். எடுத்துக் காட்டுக்காக நான் இந்த ஒப்புரவு அறிதலை மட்டும் சொல்லுகிறேன்.

முதல் இருபத்தியொரு அதிகாரங்களிலே வள்ளுவர் எதைச் சொல்லி விட்டு இருபத்தி இரண்டாவதாக இதைச் சொல்லுகிறார் என்று பார்க்க வேண்டும். முதலில் ஒரு நான்கு அதிகாரங்கள் பொதுவானவை. கடவுள் வாழ்த்து, வான் சிறப்பு, நீத்தார் பெருமை, அறன் வலியுறுத்தல் என்று நான்கு அதிகாரங்கள். பிறகு ஐந்தாவது இல்லறவியல் தொடங்குகிறது. இல்லறவியலில்தான் இதுவும் வருகிறது. இல்லறவியலிலே தொடங்கி அவர் என்னவெல்லாம் சொல்கிறார் என்றால் இயல்பாகத் திருமணம் செய்து கொண்டு, குடும்ப வாழ்க்கையில், இந்த சமூகத்தில் வாழ்கிறவர்கள் எப்படி இருக்க வேண்டும் என்று சொல்கிறார். இல்வாழ்க்கையைச் சொல்லி, வாழ்க்கைத் துணைநலம்சொல்லி, மக்கட்பேறு சொல்லி அதற்கு பிறகு அன்புடைமை, ஒழுக்கமுடைமை, நடுவுநிலை, இனியவை கூறல் என்று எல்லா நல்ல பண்புகளையும், தனி மனிதர்களுக்குத் தேவையான, எல்லா நல்ல பண்புகளையும் இல்லற வாழ்க்கையிலே ஒரு குடும்பத்திலே இருக்கிறவர்களுக்குத் தேவையான பண்புகளை எல்லாம் சொல்லிப் பிறகு கூடாதவற்றைச் சொல்கிறார். முதலில் தேவையானவற்றைச் சொல்கிறார். பிறகு கூடாதவற்றைச் சொல்கிறார். வெஃகாமை வேண்டும். வெஃகாமை என்றால் அடுத்தவர் பொருளைக் கவர வேண்டும் என்று நீங்கள் நினைக்கக்கூடாது. பயனில் சொல்லாமை வேண்டும். புறங் கூறாமை வேண்டும். எதையும் ஒருவருக்கு எதிரே சொல்லவேண்டும், அவன் இல்லாதபோது முதுகுக்குப் பின்னால் இருந்து சொல்லக்கூடாது. இப்படித் தேவையைச் சொல்லி, கூடாததைச் சொல்லி ஏதாவது விட்டுப் போயிருந்தால் அதையும் சொல்லவேண்டுமென்று தீவினை அச்சம் என்று எந்தத் தீமையும் கூடாது என்று எல்லாவற்றையும் சொல்லி, ஒரு மனிதனைத் தனி மனிதனாகச் சரியானவனாக ஆக்கிவிட்டு அடுத்து இருபத்தி யிரண்டாம் அதிகாரத்திற்கு வருகிறபோது சொல்லுகிறார், இப்போது நீ நல்ல மனிதனாக சிறந்திருக்கலாம். ஆனால் அது போதுமானதில்லை. நீ ஒரு நல்ல சமூக மனிதனாகவும் இருக்க

வேண்டும். உன் அளவுக்கு நீ நல்லவனாக இருக்கிறாய் என்பது போதாது, நீ அடுத்தவனுக்கும் உதவி செய்கிறவனாக இருக்க வேண்டும். அடுத்தவனுக்கு நீ உதவி செய்கிறவனாக இருப்பதுதான் இந்த சமூக மனிதன் என்பதற்கான அடையாளம், அடிப்படை. ஆகையினாலே வள்ளுவர் ஒருவனை, தனி மனிதன் என்பதையும் சரி செய்து விட்டு, அதற்குப் பிறகு அவனை அடுத்த கட்டத்துக்குக் கொண்டு போகிறார். அங்கேதான் அவர் சொல்கிறார் மிகக் கடுமையாகக்கூடச் சொல்கிறார். அடுத்தவனுக்கு நேர்கிற துன்பத்தை, உணராதவர்கள் உயிரோடு இருக்கிறவர்கள் கணக்கிலே இல்லை என்று சொல்கிறார்.

**ஒத்தது அறிவான் உயிர்வாழ்வான் மற்றையான்
செத்தாருள் வைக்கப் படும்**

வள்ளுவர் கடுமையாக, கோபமாகப் பேசுகிற சில இடங்களிலே இதுவும் ஒன்று. அடுத்தவனுக்கு எது நேர்ந்தாலும் அதைப்பற்றி எனக்குக் கவலையில்லை. நாமுண்டு நம்வேலையுண்டு என்று இருக்கிறானே அவனைப்பார்த்து வள்ளுவர் சொல்கிறார், உங்களைச் செத்தவன் கணக்கிலல்லவா வைத்திருக்கிறேன் என்று. நீ உயிரோடு இருக்கிறவன் கணக்கிலே இல்லை. உயிரோடு இருக்கிறவன் கணக்கிலே இருக்க வேண்டுமென்றால் என்ன செய்ய வேண்டும்? ஒப்புரவு வேண்டும். அடுத்தவனுக்கு நீ உதவ வேண்டும். அடுத்தவனுடைய இன்பத்தில் மட்டுமல்ல, அவனுடைய துன்பத்திலும் பங்கு கொள்ள வேண்டும். அதுதான் இந்தச் சமூகத்தினுடைய தன்மை. ஒருவருக்கொருவர் உதவிக்கொண்டால் இந்தச் சமூகம் என்பது இன்னும் மேல் நிலையை அடையும்.

அப்படிச் சொல்லிவிட்டுக் கடைசியாக இன்னொரு செய்தியையும் அவர் சொல்கிறார். இப்படி அடுத்தவர்களுக்கு உதவி செய்தால் சில நேரங்களிலே அவர்களிடத்தில் இருந்து துன்பம் வருகிறதே என்றால், வரலாம். நாம் நடைமுறை வாழ்க்கையிலே அறிந்திருக்கிறோம். ஏதோ ஓர் இடத்திலே வம்பு நடக்கிறது. ஒருவனை ஒருவன் அடிக்கிறான், விலக்கி விடப்போனால் சில நேரங்களில் நமக்கும் சேர்த்து அடிவிழும். பலபேர் அதற்குத்தான் நமக்கு அறிவுரை சொல்கிறார்கள். உனக்கேன் வம்பு. அவன் இரண்டுபேர் யாரோ சண்டை

போட்டுக்கொள்கிறான் உன் வழியைப் பார்த்து நீ போ என்று சொல்லுகிறார்கள். ஆனால் வள்ளுவர் வேறுமாதிரியாகச் சொல்லிக் கொடுக்கிறார். அதனால் துன்பம் வருவதானால் வரட்டும், துன்பமே இல்லாமல் வாழ்க்கை இருக்கிறதா? நீ நல்லது செய்யப்போவதால் வருகிற துன்பத்தை மகிழ்ச்சியாக ஏற்றுக்கொள்ளவேண்டும். எப்படித் தெரியுமா? எவ்வளவு பெரிய துன்பம் என்று சொல்கிறார் தெரியுமா? ஒப்புரவினால் கேடு வரும் என்று சொன்னால் அது உன்னை விற்றாவது பெற்றுக் கொள்ள வேண்டிய பெரும் பயன் என்கிறார். உன்னையே வேண்டுமானாலும் விற்று ஒப்புரவை நீ செய்ய வேண்டும். சமூக மனிதனாக வாழவேண்டும் என்று நமக்குத் தமிழும், இலக்கியமும், திருக்குறளும் சொல்லித்தருகின்றன. எனவே ஒப்புரவு என்றால் என்னபொருள் என்று நமக்குத் தெரியாது என்று இனி நாம் யாரும் சொல்லக்கூடாது. ஒப்புரவு என்ற சொல்லை நாம் அறிந்து கொள்ளவேண்டும். அதுபோதுமானதா? கண்டிப்பாக போதுமானதன்று. ஒப்புரவாளனாக நாம் வாழவும் வேண்டும்.

□

சுப. வீரபாண்டியன்

தமிழ்க் கப்பல்

கட்டுமரம் என்ற சொல்லே தமிழிலிருந்து போய்த்தான் அங்கே கட்டமரான் என்றாயிற்று என்பதை அறிவோம். நாவாய் என்ற சொல் நமக்கிருக்கிறது. நிலை மான் நன் கலம் என்ற தொடரை நாம் இலக்கியத்தில் பார்க்கிறோம். கப்பல் என்பதே அடிப்படையில் தமிழ்ச் சொல்தான் என்பதைப் பேராசிரியர் அரசேந்திரன் மிகப்பெரிய ஆய்வின் மூலமாக நிறுவி யிருக்கிறார்.

சில வேளைகளில் கலைக்களஞ்சியங்கள் தருகின்ற தகவல்கள் கூடப் போதுமானவையாகவும், சரியானவையாகவும் இல்லை. பிரிட்டனுடைய கலைக்களஞ்சியமும், அமெரிக்காவினுடைய கலைக்களஞ்சியமும் ஏராளமான தகவல்கள் கொண்டிருக்கிற அறிவார்ந்த நூல்கள். அதிலே நமக்கு மறுப்பில்லை. உலகத்திலே உள்ள பல செய்திகளை அறிந்து கொள்வதற்குக் கலைக்களஞ்சியங்கள்தான் நமக்கு உதவுகின்றன. ஆனால் அவற்றிலும்கூட உண்மையான, பழந்தமிழ்ச் செய்திகள் சில இடம் பெறாமல் போயிருக்கின்றன. குறிப்பாகக் கப்பல் பற்றி அறிந்து கொள்வதற்காகக் கலைக்களஞ்சியத்தைப் புரட்டியபோது அவர்கள் தருகிற தகவல்கள் கொஞ்சம் ஏமாற்றத்தைத்தான் தந்தன. கப்பல் முதன் முதலாக கிரேக்கத்தில்தான் 1200-ஆம் ஆண்டில் சோதனை ஓட்டம் நடத்தப்பட்டது என்றும், 1450-இல்தான் முதன் முதலாக

ஐரோப்பியர்கள் கப்பலைக் கண்டுபிடித்து இங்கே வந்து சேர்ந்தார்கள் என்றும் அந்தத் தகவல்கள் சொல்கின்றன. 1450-இல் வந்த இயந்திரக்கப்பல்கள் என்பன வேறு. ஆனால் இரண்டாயிரம் ஆண்டுகளுக்கு முன்பே தமிழகத்தில் கப்பல் வணிகம் நடைபெற்றிருக்கிறது. இன்னும் சொன்னால் அதற்கு முன்னால் ரோமாபுரியோடு அந்தக் கப்பல் வாணிகம் நடைபெற்றதாக நாம் நம்முடைய பழைய நூல்களிலே படிக்கிறோம்.

தமிழர்களுக்குக் கடலோடிகள் என்றே ஒரு பெயர் உண்டு. உலகத்திலேயே படகு செய்து, கட்டு மரம்செய்து முதலில் கடலுக்குள் போய் வந்தவர்கள், ரோமானியர்களும், தமிழர்களும்தான். ஆகையினாலேதான் ரோமாபுரி அரசனுக்கும் பாண்டியனுக்கும்கூட வணிகத் தொடர்பு இருந்தது. நம்முடைய பழைய இலக்கியங்களிலே கப்பல் மூலமாக நடைபெற்ற பல வணிகத் தொடர்புகளை நம்மாலே காண முடிகிறது. மேலும் கப்பலுக்கான தமிழ்ப் பெயர்களெல்லாம் தமிழிலே இருக்கின்றன. கட்டுமரம் என்ற சொல்லே தமிழிலிருந்து போய்த்தான் அங்கே கட்டமரான் என்றாயிற்று என்பதை அறிவோம். நாவாய் என்ற சொல் நமக்கிருக்கிறது. இன்னமும் சொன்னால் 'நிலை மான் நன் கலம்' என்ற தொடரை நாம் இலக்கியத்தில் பார்க்கிறோம். அதுமட்டுமின்றி, கப்பல் என்பதே அடிப்படையில் தமிழ்ச் சொல்தான் என்பதைப் பேராசிரியர் அரசேந்திரன் மிகப்பெரிய ஆய்வின் மூலமாக நிறுவியிருக்கிறார். தமிழ்க் கப்பல் என்றே அவர் ஒரு நூலை வெளியிட்டிருக்கிறார்.

கப்பல் என்கிற சொல்லே நம்மிடத்திலிருந்து வந்ததுதான் என்பதற்கு மொழியியல் அடிப்படையில் ஆய்வாளர்கள் பல செய்திகளைத் தந்திருக்கிறார்கள். எனவே கப்பல் அல்லது நாவாய், கட்டு மரம், நன்கலம் என்பதெல்லாம் நமக்கு இலக்கியத்திலே மிகப் பழக்கமான சொற்கள். 1450-க்குப் பிறகு ஏராளமான ஐரோப்பியர்கள் கப்பல் தொழிலில் ஈடுபட்டார்கள் என்பது உண்மை. ஆனால் நாம் எந்த அளவுக்குக் கப்பல் வணிகத்தில் இருந்திருக்கிறோம் என்பதை நம் சங்க இலக்கியங்கள் சொல்லும்.

□

சுப. வீரபாண்டியன்

பணமும் மனிதர்களும்

பணம் என்பது வெறும் தாள்தான். அந்தத்தாள் ஒரு பரிவர்த்தனைப் பொருளாக, மற்ற பொருள்களை எல்லாம் வாங்குவதற்குப் பயன் படுகிற தாளாக இருக்கிறது என்பதால் அதை மதிக்கிறோமே தவிர அதுதான் எல்லாம் என்று கருதுகிற சமூகம் மனித நேயமற்ற, ஈவு இரக்க மற்ற, பாசமற்ற, எதிர்காலத்திற்கு எந்த உதவி யும் அற்ற ஒரு சமூகமாக மாறிப்போய்விடும்.

நாம் ஒவ்வொருவரும் தனி மனிதர்கள்தான் என்றாலும் ஒரு சமூக அமைப்புக்குள் வாழ்ந்து கொண்டிருக்கிறோம். ஆகையினாலே நாம் அத்தனை பேரும் சமூக மனிதர்கள். நமக்குச் சமூக உறவுகள் தேவைப்படுகின்றன. சக மனிதர்களுடைய நட்பு தேவைப்படுகிறது, பணம் தேவைப்படுகிறது, வீடு- வாகனம் போன்ற உடைமைகள் தேவைப்படுகின்றன. எல்லாம் வாழ்க்கைக்குத் தேவையானவையாக இருக்கின் றன. ஆனால் எல்லாத்தேவைகளும் சம அளவி லான முக்கியத்துவம் வாய்ந்தவை என்று சொல்ல முடியாது. சிலவற்றுக்குத் தேவையும் மதிப்பும் கூடுதலாக இருக்கின்றன. சிலவற்றினுடைய மதிப்பு குறைவாக இருக்கின்றன. எதற்கான மதிப்பு கூடுதல், எதைக் குறைப்பது என்பதிலே நமக்குள் பல்வேறு வேறுபாடுகள் இருக்கின்றன.

பணம் பற்றிய பல்வேறு விவாதங்கள் நமக்குள் இருக்கின்றன. 'பணம் என்னடா பணம்... பணம்...

குணம்தானடா நிரந்தரம்' என்று ஒரு திரைப்படப் பாடல் சொல்லும். ஆனால் பணம் பந்தியிலே குணம் குப்பையிலே என்பதுதான் நடைமுறையாக இருக்கிறது என்பதை இன்னொரு பாட்டுச் சொல்லும். காசேதான் கடவுளடா என்ற நிலைக்கு நாம் வந்து விட்டோம் என்பதையும் ஒரு பாட்டுச் சொல்லும். இப்படிப் பல்வேறு பாடல்கள் மட்டுமல்ல, பல்வேறு கவிதைகள், உரைநடைகள், வாழ்வியல் விவாதங்கள் எல்லாவற்றிலும் நாம் பார்க்கிறபோது, பணம் என்பதற்கு எந்த அளவுக்கு நாம் இடம் கொடுக்க வேண்டும் என்கிற விவாதம் நமக்குள்ளே இருந்துகொண்டே இருக்கிறது.

பணம் முக்கியமா, அல்லது உறவுகள் முக்கியமா, சக மனிதர்களா, பணமா என்கிற கேள்வி என்றைக்கும் இருந்து கொண்டிருக்கிறது. பணம் தேவையில்லை, பணத்தை மதிக்கக் கூடாது என்று சிலர் சொல்கிறார்கள். அந்த வாதமும் அவ்வளவு சரியாக இல்லை. ஏனென்றால் இந்த உலகத்தில் எல்லாவற்றுக்கும் பணம் தேவைப்படுகிறது. நாம் வீடு வாங்க வேண்டுமானால் சொத்துக்கள் வாங்கவேண்டுமானால், நிலம் வாங்க வேண்டு மானால் பணம் தேவைப்படுகிறது. தொழில் தொடங்க வேண்டு

மானால் பணம் தேவைப்படுகிறது. அவற்றையெல்லாம் கூட விட்டு விடலாம். அடிப்படைத் தேவைகளான உணவு, உடை, உறைவிடம் கூட பணம் இல்லாமல் நமக்கு வராது. எனவே எல்லாவற்றுக்கும் பணம் தேவைப்படுகிறது. பணம் இல்லையென்றால் இந்த உலகமில்லை. அதனால்தான் வள்ளுவர்கூட, பொருளில்லாருக்கு இவ்வுலகம் இல்லை - என்று சொன்னார். செய்க பொருளை என்றும் சொன்னார். பொருளை, செல்வத்தை, பணத்தைச் சேர்த்துக் கொள்ளுங்கள் என்று சொன்னார்.

எனவே பணம் வேண்டாம் என்பது வெற்று வேதாந்தம். இந்த நடைமுறை வாழ்க்கைக்கு உதவாது. ஆனால் பணத்துக்கு எந்த அளவுக்கு மதிப்புக் கொடுப்பது என்பதிலே ஒரு மிகப்பெரிய கேள்வி இருக்கிறது. என்ன நாம் செய்ய வேண்டும் என்றால் **பணத்தைப் பயன்படுத்த வேண்டும், மனிதர்களை நேசிக்க வேண்டும்.** மனிதர்களைத்தான் நாம் நேசிக்க வேண்டும். ஆனால் நடைமுறையிலே என்ன நடக்கிறது தெரியுமா? நடைமுறையிலே நேர்மாறாக இருக்கிறது. **மனிதர்கள் பணத்தை நேசிக்கிறார்கள். மனிதர்களைப் பயன்படுத்துகிறார்கள்.** இதுதான் இன்றைக்கு இருக்கிற தலைகீழான மாற்றம். பணத்தை மக்கள் நேசிக்கிறார்கள், நேசிக்கிறார்கள் என்பதைவிடச் சில இடங்களிலே பணத்தை வழிபடுகிற சமூகமாகவே இது இருக்கிறது. பணம் கடவுளாகவே பார்க்கப்படுகிறது.

எனவே பயன்படுத்தப்பட வேண்டிய பணம் நேசிக்கப்படுகிறது. நேசிக்கப்பட வேண்டிய மனிதர்கள் பயன்படுத்தப்படுகிறார்கள். பழகும்போதே நமக்குள் ஒரு கணக்கு இருக்கிறது. இவரோடு பழகினால் நமக்கு என்ன லாபம், இவரோடு இன்னும் 20 நிமிடம் பேசிக்கொண்டிருந்தால் நமக்கு 20 ரூபாயாவது கிடைக்குமா என்கிற கேள்வி இருக்கிறது. எனவே மனிதனை ஒரு பரிவர்த்தனைப் பொருளாக... பயன்படுகிற பொருளாக நாம் பார்க்கிறோம். நேசிப்பதற்கும், பயன்படுத்துவதற்கும் இடையிலே இருக்கிற மிகப்பெரிய வேறுபாடு என்ன தெரியுமா? இந்த மனிதனால் எந்தப் பயனும் இருந்தாலும் இல்லையென்றாலும் இவன் சக மனிதன், என் நண்பன், என் உறவினன். எனவே

இவனிடத்தில் நாம் நேசமாக இருக்கவேண்டும். அவனுக்குத் துன்பத்திலும் துணையாக இருக்க வேண்டும் என்று கருதுவதுதான் நேசம். எந்த விதமான பயனும் இல்லாமல் போகட்டும். அவன் என்னுடைய சக தோழன் என்கிற உணர்வு இருக்கிறது பாருங்கள்... அது நேசம்.

ஆனால் பயன்பாடு என்பது அப்படியன்று. பணம் பயன்படுகிற வரையிலே நாம் அதை மதிக்கலாம். கிழிந்துபோன நோட்டை, செல்லாத நோட்டை யாராவது மதிப்பார்களா? யாராவது நேசிப்பார்களா? தேவையில்லை. நேற்றைக்கு வரைக்கும் இந்தப்பணம் உதவியதே, இன்றைக்குக் கிழிந்துபோய் விட்டதே என்று கவலைப்பட்டுக் கொண்டிருந்தால் அது நடைமுறை வாழ்க்கைக்கு ஒத்துவராத ஒரு போக்கு. பணம் என்பது வெறும் பயன்பாட்டுக்கு உரியது. எனவே அதன் மீது நேசம் கொள்வதோ, காதல் கொள்வதோ, அதற்கு வழிபாடு நடத்துவதோ மனித வாழ்க்கைக்குப் புறம்பானது. இந்த ஒரு சின்ன மாற்றத்திலேதான் பணம் பற்றிய பார்வை நமக்கு மாறிக்கிடக்கிறது. ஆகையினாலே நாம் மனிதர்களிடத்திலே எப்படி நடந்துகொள்ளவேண்டும், பொருள்களிடத்திலே எப்படி நடந்து கொள்ளவேண்டும் என்பதைத் தெளிவுபடுத்திக் கொண்டால் பணம் வேண்டுமா? வேண்டாமா? பணம் உயர்ந்ததா? இல்லையா? என்கிற கேள்விகளெல்லாம் எழாமல் போகும். பணம் உயர்ந்ததுதான். தேவைக்கான ஒன்றாகத்தான் பணம் இருக்கிறது. ஆகையினாலே நாளையிலிருந்து எனக்குப் பணம் வேண்டாம் என்று யாரும் சொல்ல முடியாது. ஆனால் பணம்தான் எல்லாம் என்று கருதக் கூடாது. அதற்கான மதிப்பு என்ன? அது எதற்குப் பயன்படுகிறது என்கிற அளவிலேதான் நாம் அதனை வைத்துக் கொள்ள வேண்டும். பணத்துக்காக மனிதர்களைத் தூரத்திலே தள்ளிவிடுகிற போக்கு இன்றைக்கு இருக்கிறது. மனிதன் பணத்தை அருகிலே வைத்துக் கொள்கிறான். மனித உறவுகளைத் தொலைவிலே வைத்துக் கொள்கிறான்.

பணம் என்பது வெறும் தாள்தான். அந்தத்தாள் ஒரு பரிவர்த்தனைப் பொருளாக, மற்ற பொருள்களை எல்லாம்

வாங்குவதற்குப் பயன்படுகிற தாளாக இருக்கிறது என்பதால் அதை மதிக்கலாமே தவிர அதுதான் எல்லாம் என்று கருதுகிற சமூகம் மனித நேயமற்ற, ஈவுஇரக்கமற்ற, பாசமற்ற, எதிர்காலத்திற்கு எந்த உதவியும் அற்ற ஒரு சமூகமாக மாறிப்போய்விடும். ஆகையினாலே நம் நெஞ்சிலே இருக்கிற ஈரம் மனிதர்களை நோக்கியதாக, உயிர்களை நோக்கியதாக விலங்குகளையும், தாவரங்களையும்கூட நோக்கியதாக இருக்கலாம். வெறும் பணம் என்கிற தாளை நோக்கியதாக, தங்கம் என்கிற உலோகத்தை நோக்கியதாக இருக்கக் கூடாது. ஆகையினாலே நாம் நினைவிலே வைத்துக் கொள்ள வேண்டிய செய்தி ஒன்றே ஒன்றுதான். நமக்கு வாழ்க்கையிலே மனிதர்களும் வேண்டும், பணமும் வேண்டும். ஆனால் மனிதர்களை நேசிக்க வேண்டும், பணத்தைப் பயன்படுத்த வேண்டும்.

◻

சமூக மருத்துவர் தந்தை பெரியார்

அவருடைய உழைப்பு, அவருடைய எண்ணம் அனைத்தும் இந்த மக்களுக்காகவே இருந்தன. ஏறத்தாழ 40 ஆண்டுகள் தன் உடல் நலத்தைப் பற்றிக் கவலைப்படாமல்... வயிற்று வலியைப் பற்றிக் கவலைப்படாமல் இந்த மண்ணுக்காக... மக்களுக்காகத் தினந்தோறும் உழைத்துக் கொண்டிருந்த ஒரு மா மனிதர் தந்தை பெரியார் அவர்கள் இறந்து போய் இத்தனை ஆண்டுகள் ஆனதற்குப் பிறகும் அந்த நிகழ்வுகள் நம் நினைவுக்கு வருகின்றன.

1973 ஆம் ஆண்டு டிசம்பர் மாதம் 24-ஆம் நாள், தந்தை பெரியார் அவர்கள் மறைந்த நாள். மறைவதற்கு நான்கு நாட்களுக்கு முன்பு வரையில்கூட அவர் பொதுக்கூட்டங்களிலே பேசிக் கொண்டிருந்தார். அவர் பேசிய இறுதிக்கூட்டம் அதே டிசம்பர் மாதம் 19-ஆம் தேதி சென்னையிலே இருக்கிற தியாகராயநகரிலே நடைபெற்றது. அந்த கூட்டத்தில் அவருடைய பேச்சை ஒலிநாடாவிலே கேட்கிறவர்கள் ஒரு செய்தியைக் கவனிக்க முடியும். பேச்சுக்கு இடையிலே இடையிலே அவர் வயிற்று வலியாலே துன்பப்படுவதும், அந்தத் துன்பத்தை அம்மா அம்மா என்கிற குரலில் அவர் வெளிப்படுத்துவதும், மிகப்பெரிய வருத்தத்தைத் தருகிற ஒரு நிகழ்வாக இருக்கும்.

அவர் அம்மா என்று ஒலி எழுப்புவதுகூட கூர்ந்து கவனித்துப் பார்த்தால், அம்மா அம்மா என்று வயிற்றுவலியால் துடிக்கிற குரலாக இருக்காது.

அம்ம்மா... அம்ம்மா என்று வயிற்றுவலியை அடக்குகிற குரலாகத் தான் இருக்கும். அவர் அப்படி வயிற்று வலியை ஒரு நாற்பது நிமிடங்கள் அல்லது 4 மணி நேரங்கள் அடக்கிக் கொண்டிருந்தார் என்று நாம் கருதக்கூடாது. 40 ஆண்டுகள் அந்த வயிற்றுவலியோடு அவர் போராடிக் கொண்டிருந்தார். 1930... 40களிலே எல்லாம்கூட அவர் அந்த வயிற்று வலிக்காக மருத்துவமனைகளிலே அனுமதிக்கப்பட்டிருந்ததை அவருடைய வாழ்க்கை வரலாற்று குறிப்புகளைப் பார்க்கிறபோது நம்மால் அறிந்து கொள்ள முடிகிறது.

கடுமையான வயிற்றுவலியோடு ஏறத்தாழ 40 ஆண்டுகள் போராடிக்கொண்டு, இந்த மக்களுக்காக அறிவுப்பூர்வமான செய்திகளையும் சொல்லிக் கொண்டிருந்த மா மனிதர் அவர். 1943-ஆம் ஆண்டு அதாவது அவர் இறந்துபோவதற்கு முப்பது ஆண்டுகளுக்கு முன்னால், அதே வயிற்றுவலியினால் துன்பப்பட்டு மருத்துவமனையிலே அனுமதிக்கப்பட்டிருந்தபோது, அவர் என்ன செய்தார் என்பதை அன்றைக்கு அவருக்குத் தனிச்செயலாளராக இருந்த புலவர் இமயவரம்பன் அவர்கள் எழுதி வைத்திருக் கிறார்கள். 43-ஆம் ஆண்டு கடுமையான வயிற்று வலிக்காகச் சென்னையிலே இருக்கிற பொது மருத்துவமனையிலே ஐயா அவர்கள் அனுமதிக்கப்படுகிறார்கள். டாக்டர் குருசாமி முதலியார் என்ற ஒரு புகழ்பெற்ற மருத்துவர், ஐயாவினுடைய உடல் நலத்தைக் கவனித்துக் கொண்டிருக்கிறார். மிகக் கவனமாக, மிகுந்த பாசத்துடன் அவரை அந்த மருத்துவர் கவனித்துக் கொண்டி ருக்கிறார்.

திடீரென்று ஐயாவுக்கு நினைவு வருகிறது, நாளை சென்னையிலே இருக்கிற தியாகராயநகரில் பனகல் பூங்காவிற்கு அருகிலே ஒரு கூட்டம் இருக்கிறது. அந்தக் கூட்டத்திற்கு ஏற்கனவே அவர் ஒப்புதல் அளித்திருக்கிறார். மெதுவாக மருத்துவரை அழைத்து நான் இன்னும் எத்தனை நாள் இந்த மருத்துவமனையில் இருக்கனுங்க... என்று கேட்கிறார். எப்படியும் ஒருவாரமாவது நீங்க இருக்கணும், ஒரு நான்கு நாட்களாவது குறைந்தது இருக்க வேண்டியது இருக்கும் என்று சொல்கிறார்கள். அவருக்குக் கவலையாக இருக்கிறது. தோழர்கள் பணமெல்லாம் செலவு செய்து கூட்டத்தைப் பெரிய அளவிலே ஏற்பாடு செய்திருப்பார்களே,

கூட்டத்திற்குப் போகாமல் எப்படி இருப்பது என்பதே அவருக்குப் பெரிய மன உளைச்சலாக இருக்கிறது.

அடுத்த நாள் பெரிய மருத்துவரான டாக்டர் குருசாமி முதலியார் அவர்கள் அந்த மருத்துவமனையை விட்டுப் போனதற்குப் பிறகு, பக்குவமாக, அன்றைக்கு அங்கு கடமையாற்றிக் கொண்டிருக்கிற (டூட்டி டாக்டர் என்று சொல்லுகிற) அந்த மருத்துவரை அழைத்து ஒரு சின்னச் செய்தியை பெரியார் சொல்லுகிறார். ஐயா, வீட்டில சில முக்கியமான பொருள்களையும், புத்தகத்தையும் எடுக்கவேண்டிய திருக்கு... என்கிறார். உடனே அந்த மருத்துவர் யாரையாவது அனுப்பி எடுத்துவரச் சொல்லலாமா என்கிறார். இல்லீங்க நான் போனாத்தான் அதைக் கண்டுபிடிக்க முடியும் என்கிறார். ''இவர் போனாத்தான் கூட்டத்திலே பேச முடியும்'' அதுதான் செய்தி. நான்போனாத்தான் எடுக்க முடியும், ஆகையினால நீங்க சீப் டாக்டர் கிட்ட சொல்ல வேண்டாம் ஒரு இரண்டு மணிநேரம் ஐயா அனுமதி கொடுத்தீங்கன்னா நான் வீட்டுக்குப் போய் எடுத்துட்டு வந்தர்ரேன், ரொம்ப முக்கியமான புத்தகங்க என்று சொல்கிறார். அந்த

மருத்துவருக்கு என்ன செய்வதென்று புரியவில்லை, அவர் வயதிலே இளையவர். பெரியவர் சொல்லுகிற போது நாம் என்ன செய்வது, சரி போயிட்டு ஒரு 2 மணிநேரத்துல வந்திருங்க என்று சொல்கிறார். நான் வந்திடுறேனுங்க. 8 மணிக்கெல்லாம் வந்திடுறேனுங்க என்று சொல்லி விட்டு அங்கிருந்து புறப்பட்டு நேராகப் பனகல் பூங்காவிற்கு வந்து கூட்டத்திலே கலந்து கொள்கிறார்.

கூட்டத்தை ஏற்பாடு செய்தவர்களுக்கும், மக்களுக்கும் பெரிய மகிழ்ச்சி... ஆரவாரம். ஐயா பெரியார் பேசுகிறார், பேசத் தொடங்கிய பிறகு அவருக்கு அந்த நேரம் காலம் எல்லாம் நினைவிலே இல்லை. பேசிக்கொண்டே இருக்கிறார் ஏறத்தாழ 10 மணி ஆகிவிட்டது. திடீரென்று தனது கைக்கடிகாரத்தைப் பார்த்த போது 10 மணி ஆகி விட்டதே என்கிற பதற்றத்தோடு அந்தக் கூட்டத்தை முடித்துக் கொண்டு திரும்பவும் மருத்துவ மனைக்கு வருகிறார். கொஞ்சம் தாமதமாக வந்து சேருகிறார். ஆனால் அடுத்தநாள் என்னாயிற்று என்றால், இவர் ரகசியமாக செய்த காரியம் அடுத்தநாள் பத்திரிகைகளிலேயெல்லாம் ஈ.வெ.ராமசாமி நாயக்கர் ஆவேசமான பேச்சு என்று செய்தியாக வெளியே வருகிறது. அதைப் பெரிய மருத்துவர் குருசாமி முதலியார் பார்த்து விட்டு என்னடா இது, ஐயா பெரியார் மருத்துவமனையிலே இருக்கிறார். நேற்றைக்கு பனகல் பூங்காவிலே பேசினார் என்று செய்தி வருகிறதே என்று புரியாமல் மருத்துவமனைக்கு வந்து அன்றைக்குப் பொறுப்பிலே இருந்த மருத்துவரை, அந்த செவிலியர்களை எல்லாம் எப்படி நேற்று ஐயா கூட்டத்துக்குப் போனார், யார் அனுமதித்தீர்கள் என்று கேட்ட உடனே அவர்களெல்லாம் மிகவும் நடுங்கிப் போனார்கள். மருத்துவரும் மிகக் கோபமாக இருக்கிறார். ஐயாவைப் பார்க்கக்கூட வரவில்லை.

மறுபடியும் மதியம் இரண்டு மணிக்கு வருகிறபோது தந்தை பெரியார் அவர்கள் மருத்துவர் கோபமாக இருக்கிறார். மற்ற மருத்துவர்களையெல்லாம் கோபித்துக் கொண்டிருக்கிறார் என்பதைத் தெரிந்து கொண்டு, அவருடைய கைகளைப் பற்றிக் கொண்டு, ஐயா மன்னிச்சுக்கோனுங்க... நான்தானுங்க அப்படிச் சொல்லிட்டுப் போயிட்டேன். அந்த மருத்துவர்மேல தப்பில்லீங்க... நான்தானுங்க அந்தக் கூட்டத்துக்காக அப்படி ஒரு பொய்ய சொல்லிட்டுப் போயிட்டனய்யா... ஐயா கோவிச்சுக்கக் கூடாது

என்று சொன்னபோது, குருசாமி முதலியார் சொன்னாராம் ஐயா உண்மையிலேயே கோபப்படுவது எதற்காக என்றால் நீங்க இன்னும் ரொம்ப நாள் வாழணும். இந்த நாட்டில் நீங்கள் செய்ய வேண்டிய காரியம் ஆயிரம் இருக்கிறது. எனவே உங்கள் உடல் நலம் பற்றிய கவலையிலதான்யா நான் சொல்றேன். உண்மையாகச் சொன்னா நான் மருத்துவரும் நீங்கள் நோயாளியுமல்ல... நீங்கள் தான் சமூக மருத்துவர், நாங்களெல்லாம் நோயாளிகள். எனவே நீங்கள் நெடுநாள் இருக்க வேண்டும். நீங்கள் இருந்தால்தான் இந்த நாட்டுக்கும், இந்தச் சமூகத்துக்கும் நல்லது என்று அவர் கவலைப்பட்டுச் சொல்லியுள்ளார்.

ஏறத்தாழ 40 ஆண்டுகள் தன் உடல் நலத்தைப் பற்றிக் கவலைப் படாமல்... வயிற்று வலியைப்பற்றிக் கவலைப்படாமல் இந்த மண்ணுக்காக... மக்களுக்காக தினந்தோறும் உழைத்துக் கொண்டிருந்த ஒரு மா மனிதர் தந்தை பெரியார் அவர்கள் இறந்து போய் இத்தனை ஆண்டுகள் ஆனதற்குப் பிறகும் அந்த நிகழ்வுகள் நம் நினைவுக்கு வருகின்றன. அவருடைய உழைப்பு, அவருடைய எண்ணம் அனைத்தும் இந்த மக்களுக்காகவே இருந்தன. இன்றைக்கும் நாம் பார்க்கிறோம் மருத்துவமனைகளிலே இருந்து சிலர் பொய் சொல்லிவிட்டு வெளியே போவார்கள். அவர்கள் வேறுவேறு நோக்கங்களுக்காகப் போவார்கள். ஆனால் பொதுநல நோக்கத்திற்காக, மக்களுக்காக, மருத்துவமனையிலேயிருந்து வெளியே வந்து பொதுக்கூட்டத்திலே பேசிவிட்டு மறுபடியும் போன மனிதர் ஐயா பெரியார் அவர்களாகத்தான் இருக்க முடியும். அவருடைய நினைவு நாளில் அவரைப்பற்றி எழுதிய ஒரு நான்கு ஐந்து வரிகள் என் நினைவுக்கு வருகின்றன.

நான் எழுதினேன்

"இதயம் மறக்குமா? எங்கள் இதயம் மறக்குமா?
சிறுநீரகங்கள் சிதைவுற்ற பின்னும்
தள்ளாத வயதில் நடை தளர்வுற்ற பின்னும்
காட்டில் மேட்டில் கடும் மழையில் வெயிலில்
எங்களுக்காக நடந்த கால்களை இதயம் மறக்குமா?
எங்கள் **இதயம் மறக்குமா?**"

என்கிற அந்த வரிகள் ஐயாவின் நினைவு நாளன்று மறுபடியும் நினைத்துப் பார்க்க வேண்டிய வரிகளாக இருக்கின்றன.

எது நம் புத்தாண்டு?

சித்திரையிலே புத்தாண்டு பிறப்பதாக நாம் சொல்கிறோம், அது 60 ஆண்டுகளைக் கொண்ட சுழற்சி ஆண்டுகள் என்றும் சொல்கிறோம். அந்த 60 ஆண்டுகளுடைய பெயர்களில் ஒரு பெயர்கூடத் தமிழ்ப் பெயராக இல்லை. எனவே அது தமிழ்ப்புத்தாண்டு இல்லை.

(தமிழக அரசு, தை ஒன்றைத் தமிழ்ப் புத்தாண்டாக அறிவிப்பதற்கு முன் பேசப்பட்ட உரை இது.)

ஜனவரி முதல் நாளன்று உலகம் முழுவதும் கொண்டாட்டங்கள் நடைபெறுகின்றன. தமிழ் நாட்டிலும்கூடப் புத்தாண்டு வாழ்த்துகளைப் பரிமாறிக் கொள்கிறார்கள். அதுவும்கூட புத்தாண்டு வாழ்த்துக்கள் என்று நாம் தமிழிலே அல்ல, ஹேப்பி நியூ இயர் என்றுதான் எல்லோரும் வாழ்த்துகளைப் பரிமாறிக் கொள்கிறார்கள். அதில் ஒன்றும் வியப்பில்லை. தமிழர் திருநாளான பொங்கலுக்கேக்கூட நம் நண்பர்கள் ஹேப்பி பொங்கல் என்றுதானே சொல்கிறார்கள். அப்படி இருக்கிறபோது ஜனவரி 1க்கு ஹேப்பி நியூ இயர் என்று சொல்வதிலே ஒரு பெரிய வேறுபாடு இல்லை.

ஆனால் ஒரு கேள்வி வருகிறது, ஜனவரி 1-ஆம் தேதி புத்தாண்டு வாழ்த்துச் சொல்கிற அதே நண்பர்கள் மறுபடியும் சித்திரை 1-ஆம் தேதி வருகிறபோது மீண்டும் ஒரு புத்தாண்டு வாழ்த்துகளைச் சொல்கிறார்கள். ஜனவரி 1-ம் புத்தாண்டு, சித்திரை 1-ம் புத்தாண்டா என்று

கேட்டால் அது ஆங்கிலப்புத்தாண்டு, இது தமிழ்ப்புத்தாண்டு என்று விளக்கம் சொல்லப்படுகிறது. ஒருவகையில் பார்த்தால் இரண்டுமே புத்தாண்டுகள் இல்லை என்பதுதான் செய்தி. அது ஆங்கிலப்புத்தாண்டும் இல்லை, இது தமிழ்ப்புத்தாண்டும் இல்லை. சித்திரை 1-க்கும் தமிழர்களுக்கும் எந்தவிதமான தொடர்பும் இல்லை என்பதை நமக்கு வரலாற்றுச் செய்திகள் சொல்கின்றன. நாயக்கர்களின் ஆட்சிக்காலத்திலேதான் சித்திரை ஒன்று புத்தாண்டு என்று கொண்டாடப்பட்டதாக வரலாற்று ஆசிரியர்கள் குறித்து வைத்திருக்கிறார்கள். அதற்கு முன்பு சித்திரை ஒன்றைத் தமிழ்ப் புத்தாண்டாகக் கொண்டாடியதற்குத் தமிழ் இலக்கியங்களில், ஓலைச்சுவடிகளில் எங்கேயும் எந்தச்சான்றும் கிடைக்கவில்லை. எப்படியோ திடீரென்று ஒரு புத்தாண்டு 400, 500 ஆண்டுகளுக்கு முன்னால் நம்முடைய வழக்கத்திற்கு வந்திருக்கிறது. இன்றைக்கும் நீங்கள் பார்க்கலாம், சித்திரையிலே புத்தாண்டு பிறப்பதாக நாம் சொல்கிறோம், அது 60 ஆண்டுகளைக் கொண்ட சுழற்சி ஆண்டு என்றும் சொல்கிறோம். அந்த 60 ஆண்டுகளுடைய பெயர்களில் ஒரு பெயர்கூடத் தமிழ்ப் பெயராக இல்லை. எனவே அது தமிழ்ப்புத்தாண்டு இல்லை.

ஜனவரி ஒன்று ஆங்கிலப்புத்தாண்டும் இல்லை. அது ஆங்கிலேயர்களுக்குச் சொந்தமானதும் இல்லை. எப்படியோ அது காலப்போக்கிலே புத்தாண்டாக நிலைத்து விட்டது என்பது வேறு.

உண்மையிலேயே அந்த நாளுக்கு உரிய சிறப்பு என்ன என்றால், ஏசு பிறந்த எட்டாம் நாள். ஏசு என்று ஏசுநாதருக்குப் பெயர் வைக்கப்பட்ட நாள்தான் அந்த ஜனவரி ஒன்று. கிறிஸ்துமஸ் என்று சொல்லப்படுகிற டிசம்பர் 25-ஆம் தேதி ஏசுநாதர் பிறக்கிறார். எட்டாவது நாள் அவருக்குப் பெயர் சூட்டுகிறார்கள். ஏசுவுக்கு பெயர் சூட்டப்பட்ட நாள்தான் ஜனவரி ஒன்று.

அது உலகத்தினுடைய முதல் நாள் என்று அவர்கள் அறிவித்தபோது அதை விரும்பியோ விரும்பாமலோ ஏறத்தாழ உலகம் அதை ஏற்றுக் கொண்டுவிட்டது. உண்மையிலேயே தை ஒன்றுதான் தமிழர்களுக்குப் புத்தாண்டு. பொங்கல்நாள்தான் தமிழர்களினு டைய புத்தாண்டு. பலபேர்களுக்கு அது புத்தாண்டு என்றே தெரியாது. பொங்கல் விழா என்றுதான் நாம் கருதுகிறோம், அதுதான் புத்தாண்டு. இது ஒருபக்கத்திலே... இன்னொரு பக்கத்திலே புத்தாண்டு வாழ்த்துக்களைப் பரிமாறிக் கொள்வது ஒரு மூட நம்பிக்கைதானே என்று ஒரு கருத்து இருக்கிறது. நாளை என்பது இன்னொரு நாள்தான். ஜனவரி ஒன்றாக இருந்தாலும் சரி, தை ஒன்றாக இருந்தாலும் சரி, அது இன்னொரு நாள்தான். நேற்றைக்கு வரைக்கும் துன்பத்திலே உழன்றவர்கள் நாளையிலே இருந்து செல்வர்களாக ஆகி விடுவார்களா என்றால் அப்படி எல்லாம் இல்லை. தை பிறந்தால் வழி பிறக்கும் என்பது ஒரு நம்பிக்கை. அதை நாம் மூட நம்பிக்கை என்று கொள்ள வேண்டியதில்லை. ஏனென்றால் வாழ்க்கை நம்பிக்கையிலேதான் நகர்கிறது. ஜனவரி ஒன்றாக இருந்தால் என்ன? இரண்டாக இருந்தால் என்ன? எல்லாம் ஒன்றுதானே? என்று கருதத் தொடங்கினால் வாழ்க்கை நம்பிக்கை அற்ற வறண்ட நிலமாக ஆகிப்போகும். நம்பிக்கை அற்ற வாழ்க்கை ஒரு நாளும் நகராது. அதனால் ஏதாவது ஒரு காரணத்தைப் பற்றிக்கொண்டு ஒரு நம்பிக்கை வைத்து அங்கே இருந்து வேலைகளைத் தொடங்கு வதிலே பிழை இல்லை என்பதுதான் ஒரு சரியான பார்வை.

அதேமாதிரி இன்னொரு கேள்வி வருகிறது, ஆங்கிலப் புத்தாண்டு கொண்டாடுவதை நாம் ஏற்றுக் கொள்ளலாமா என்று. நாம் ஏற்றுக் கொள்கிறோமா இல்லையா என்பதன்று கேள்வி, உலகம் ஏற்றுக் கொண்டு விட்டது. இன்றைக்கு உலகம் முழுவதும்

ஜனவரி ஒன்று என்பது புதிய ஆண்டாகக் கருதப்படுகிறது. நாம்கூட, திருவள்ளுவர் ஆண்டுதான் தமிழர்களுக்கான ஆண்டு என்று குறிப்பிடுகிறோம். திருவள்ளுவர் ஆண்டு தை ஒன்றிலே பிறக்கிறது. கிறிஸ்து பிறந்த ஆண்டிலிருந்து 31 ஆண்டுகளைக் கூட்டிக்கொண்டால் திருவள்ளுவர் ஆண்டு வருகிறது. இது 2007 என்றால் திருவள்ளுவர் ஆண்டு 2038. ஏசுவுக்கு 31 ஆண்டுகளுக்கு முன்னால் திருவள்ளுவர் பிறந்திருக்கக்கூடும் என்பது ஆய்வாளர்களுடைய ஒரு கருத்து.

ஆனால் நடைமுறையில் நாம் ஒரு உண்மையைப் பேசவேண்டும். உங்களுடைய பிறந்த நாள் என்ன என்று யாராவது கேட்டால் நாம் ஆங்கில ஆண்டிலேதான் சொல்கிறோமே தவிர திருவள்ளுவர் ஆண்டிலே சொல்வதில்லை. அது நடைமுறையிலே இல்லை. பெரும்பாலும் நம்முடைய இல்ல விழாக்களை நடத்துகிற போதெல்லாம் திருவள்ளுவர் ஆண்டைக் குறிக்கிறோம் என்பது தமிழர்களுக்கென்று ஓர் ஆண்டு இருக்கிறது என்ற அடையாளத்தைப் பதிவு செய்கிறோம் என்பதுதான். நடைமுறை யில் வீட்டுப் பத்திரத்தைப் பதிவு செய்கிறபோது, பள்ளியிலே பிள்ளைகளைச் சேர்க்கிறபோது, வேலைக்கு ஒருவன் போய்ச் சேருகிறபோது, நடைமுறையிலே இன்றைக்கு உலகம் ஏற்றுக் கொண்டிருக்கிற ஆண்டாக இந்த ஆங்கில ஆண்டுதான் கணக்கிலே இருக்கிறது என்பதை மறுக்க முடியாது. அப்படி உலகம் முழுவதும் இந்த ஆண்டை ஏற்றுக் கொண்டிருக்கிறபோது, இயல்பாக அது உலகம் முழுவதும் இருக்கிற மனிதர்களுக்கு புத்தாண்டாகத்தான் கருதப்படும். அதுதான் நடைமுறை. அதுதான் இயற்கை.

ஆனாலும் அதை நாம் ஏற்றுக் கொள்ள வேண்டுமா, வேண்டாமா என்று கேட்டால் அதிலே ஒரே ஒரு நல்ல செய்தி இருக்கிறது. அதை நாம் ஏற்றுக் கொள்ளத்தான் வேண்டும். என்ன என்றால் இன்றைக்கு உலகம் முழுவதும் விழாக்கள் இருக்கின்றன. பல்வேறு விதமான விழாக்கள் இருக்கின்றன. அந்த விழாக்கள் எல்லாம் ஒன்று அவரவர் மொழி சார்ந்த விழாக்கள், அல்லது அவரவர் மதம் சார்ந்த விழாக்கள். அல்லது அவரவருடைய சாதி சார்ந்த, அந்தப்பகுதி சார்ந்த விழாக்கள் என்று இருக்கின்றன. ஆனால் இந்த ஜனவரி ஒன்று என்கிற இந்தப் புத்தாண்டுக் கொண்டாட்டம் இருக்கிறதே, அது இன்றைக்கு ஜாதியைக் கடந்த, மதம் கடந்த, மொழி கடந்த,

7

நாடு கடந்த உலகம் முழுவதும் கொண்டாடப்படுகிற ஒரு நாளாக இருக்கிறது என்பதைப் பார்க்கிறோம். அது சரிதானா இல்லையா என்கிற விவாதங்கள் எல்லாம் ஒருபக்கம் இருக்கிறது. இன்னமும் சொன்னால் ஏசுவுக்குப் பெயர் வைத்த நாளைத்தான் இன்றைக்கு இஸ்லாமியர்கள், இந்துக்கள் எல்லோருமே புத்தாண்டு என்று உலகம் முழுவதும் கொண்டாடுகிறார்கள். தமிழ்நாட்டில் இருக்கிற இந்துக் கோவில்களிலேகூட அன்றைக்கு அர்ச்சனைகள் எல்லாம் நடைபெறுகின்றன. மதமெல்லாம் கடந்து உலகம் முழுவதும் கொண்டாடுகிற நாளாக அது இன்றைக்கு இருக்கிறது என்பதை மறுக்க முடியாது. உலகமே ஒரு நாளைக் கொண்டாடுமானால் கொண்டாடட்டும். மகிழ்ச்சியும் கொண்டாட்டமும் மனிதனின் சுபாவங்கள். அந்தக் கொண்டாட்டம் என்பது சாதி மதங்களைக் கடந்ததாக, நாட்டையும் கடந்ததாக இருப்பது வியப்பான ஒன்றுதான்.

□

கோயபல்ஸ்

கோயபல்ஸ் உணர்ச்சிகரமாகப் பேசுகிற, கேட்கிற மக்களையெல்லாம் இவர் எந்த உணர்வில் பேசுகிறாரோ அந்த உணர்வுக்கு இழுத்து வந்து விடுகிற ஒரு பெரிய ஆற்றல் வாய்ந்தவராக இருக்கிறார். அந்த ஆற்றல் ஹிட்லரை இவரிடத்திலே கொண்டுபோய்ச் சேர்த்தது.

ஆங்கிலத்திலே இரண்டு சொற்கள் உண்டு. பாப்புலர் என்றும் நொட்டோரியஸ் என்றும் குறிப்பிடுவார்கள். நல்ல விதத்தில், நல்லமுறையில், நல்ல காரணங்களுக்காக மக்களிடம் அறிமுகமானவர்களை பாப்புலர் என்று சொல்கிறார்கள்.

தவறான காரணங்களுக்காக, வேறு வித்தியாசமான முறையில் மக்களிடம் அறிமுகமானவர்களை நொட்டோரியஸ் என்று சொல்கிறார்கள். அப்படி ரொம்பவும் நொட்டோரியஸ் என்று சொல்லக் கூடிய அளவுக்கு உலகம் முழுவதும் அறியப்பட்ட ஒருவர் கோயபல்ஸ். கோயபல்ஸ் என்ற பெயரை நாம் அத்தனை பேரும் கேள்விப்பட்டிருக்கிறோம்.

கோயபல்ஸ் என்கிற பெயர் இன்றைக்கு உலகம் முழுவதும் அறியப்பட்ட பெயராக இருக்கிறது. அவருடைய பெயர் எதற்காக அறியப்பட்டுள்ளது என்றால் உலகத்திலே மிகுதியாகப் பொய் சொன்னவர் என்கிற பொருளிலே கோணிப் புழுகன் கோயபல்ஸ் என்றுதான் நாம் அறிந்துள்ளோம்.

ஆனால் கோயபல்சிடம்கூட ரொம்ப வித்தியாசமான திறமைகள் இருந்தன என்பதை நாம் கணக்கிலே கொள்ளவேண்டும். கோயபல்ஸ் நாம் அறிந்திருக்கிற மாதிரியே ஹிட்லருக்கு மிக நெருக்கமானவராக இருந்தவர். 1925-இல்தான் ஹிட்லரும் கோயபல்சும் சந்தித்துக் கொள்கிறார்கள். கோயபல்சினுடைய தோற்றத்தைப் பற்றி எழுதுகிற வரலாற்று ஆசிரியர்கள் அவர் மிகவும் விசித்திரமான தோற்றமுடையவராக இருந்தார் என்று எழுதுகிறார்கள். குறிப்பாக அவருடைய கால்களைப்பற்றி எழுதுகிறபோது அவருடைய கால்கள் ஒரு கழுதையினுடைய கால்களைப்போல் இருந்தன என்று எல்லோருமே குறிப்பிடு கிறார்கள். அது அவருடைய உடல்நலக் குறைபாடாகக்கூட இருக்கலாம். அது அவருக்கான வேடிக்கையான அடையாளமாக இருந்திருக்கிறது. மனிதர்கள் அவரைப் பார்த்த உடனே முதலில் கேலியாகச் சிரித்திருக்கிறார்கள். ஆனாலும் கோயபல்ஸ் மேடைகளிலே ஏறி பேசத் தொடங்கியதற்குப் பிறகு, யாரெல்லாம் அந்தக் கோயபல்சைப் பார்த்துக் கேலியாகச் சிரித்தார்களோ அவர்களேகூட தங்களை மறந்து கோயபல்சினுடைய பேச்சைக் கேட்டதாக அங்கே பல குறிப்புகள் நமக்குச் சொல்கின்றன.

எனவே அப்படிப்பட்ட மிகப்பெரிய பேச்சாளர். அதுவும் ஒரு நாடகத்தன்மை வாய்ந்த பேச்சு என்று அவருடைய பேச்சைப் பற்றிக் குறிப்பிடுகிறார்கள். ஹிட்லருடைய பேச்சு உலகத்திலே புகழ் பெற்றது அப்படித்தான். ஹிட்லர்தான் உலகத்திலேயே தன்னுடைய பேச்சை நாடக மயமாக ஆக்கிக் காட்டியவர். விளக்குகளை யெல்லாம் பொருத்தி, அதிலே இருக்கிற அந்த ஒளிக் கருவிகளை கையாளுகிறவர்களிடத்திலே சொல்லி, எந்த நேரத்திலே எந்த வண்ண விளக்குகளை நீங்கள் ஒளிர வைக்க வேண்டும் என்று அறிவுறுத்தி விடுவார். நான் மிகக் கோபமாக பேசுகிறபோது சிவப்பு வண்ணம் மேடையிலே அப்படியே பாய்ந்து வரவேண்டும் என்பதையெல்லாம் சொல்லி வைத்து ஒரு நாடகத்தன்மையோடு பேசுகிற ஆற்றல் ஹிட்லரிடம் இருந்தது. அதைப்போலவே கோயபல்சும் அப்படி உணர்ச்சிகரமாக பேசுகிற, கேட்கிற மக்களையெல்லாம் இவர் எந்த உணர்வில் பேசுகிறாரோ அந்த உணர்வுக்கு இழுத்து வந்து விடுகிற ஒரு பெரிய ஆற்றல்

கோயபல்ஸ்

வாய்ந்தவராக இருந்தார். அந்த ஆற்றல் ஹிட்லரை இவரிடத்திலே கொண்டுபோய்ச் சேர்த்தது.

1928-ஆவது ஆண்டு தன்னுடைய நாசிக் கட்சியினுடைய கொள்கைபரப்புச் செயலாளராக கோயபல்சை ஹிட்லர் நியமிக்கிறார். அதுதான் அவர் அரசியல் வாழ்க்கைக்கு வருகிற முதல் கட்டம். நாசிக்கட்சி ஜெர்மனி மக்களிடத்திலே ஆரியர்கள் நாம்; நாம்தான் ஆளப் பிறந்தவர்கள் என முழங்கியது. யூதர்களுக்கு எதிராக அவர் ஒரு மிகப்பெரிய எழுச்சியை அந்த ஜெர்மானிய மக்களிடம் ஏற்படுத்தியிருந்த காலகட்டம் அது. எனவே அந்த நேரத்திலே கோயபல்ஸ் ஜெர்மனியிலே மட்டுமல்லாமல் உலகம் முழுவதும் அறியப்பட்ட ஒரு மிகப்பெரிய பேச்சாளனாக, ஹிட்லருடைய வலது கையாக எல்லா இடங்களிலும் அறிமுக மாகிறார்.

1933-ஆவது ஆண்டு ஹிட்லர் பதவிக்கு வந்ததற்குப் பிறகு அவருடைய அமைச்சரவையிலேயும் கோயபல்சுக்கு இடம் கிடைத்தது. ஹிட்லருடைய பேச்சுக்கு மயங்கி அந்த ஜெர்மானிய மக்கள் 33-லே அவரை அதிபராக்கினார்கள். அந்தத் தேர்தலிலே அவருக்கு வாக்களித்தார்கள். அதற்குப் பிறகு இரண்டு தலைமுறைகள் அவர்களுக்குத் தேர்தலே வராமல் போயிற்று. அதற்குப் பிறகு தேர்தலில் வாக்களிக்கிற வேலையே இல்லாமல் போயிற்று. 33-லே அவரோடு சேர்ந்து கோயபல்ஸ் அமைச்சரா கிறார். கோயபல்ஸ் விதவிதமான பிரச்சாரங்களை அந்த மக்களிடத்திலே கொண்டு செலுத்துகிறார். கோயபல்ஸ் பின்பற்றிய உத்திகள் இன்றைக்கும்கூட உலக வரலாற்று ஆசிரியர்களால் வியப்பாகப் பார்க்கப்படுகிறது. அதிலும் இரண்டாவது உலக யுத்தம் நடந்த நேரத்திலே கோயபல்ஸ் எப்படிப்பட்டப் பிரச்சாரங்களை யெல்லாம் கட்டவிழ்த்து விட்டார் என்று பார்த்தால் வரலாற்று நூல்களிலே அது வேடிக்கையாகவே இருக்கிறது. முதல் பிரசாரம் முனுமுனுப்புப் பிரசாரம். இரண்டாவது பிரசாரம் ஜோதிடப் பிரசாரம். மூன்றாவது பிரசாரம் திரும்பத் திரும்ப சொல்லுகிற பிரசாரம். இதுதான் கோயபல்சினுடைய உத்தி.

இந்த யுத்திகளை எல்லாம் நாம் தவறான காரியத்திற்காக அல்ல, நல்ல கோட்பாடுகளைப் பரப்புவதற்காகவாவது கற்றுக் கொள்ளலாம் அல்லவா? கோயபல்சினுடைய உத்திகள், வழிமுறை கள் மிகச் சிறந்தவையாகத்தான் இருந்தன. அவர் பரப்பிய கருத்துகள் பொய்யானவையாக இருந்தனவே தவிர அவர் பரப்பிய முறை வலிமையானதாக இருந்தது. எனவே அவர் கைப்பற்றிய அந்த மூன்று முறைகளையும் நாம் பார்க்க வேண்டும். ஒன்று முனுமுனுப்பு பிரசாரம், முனுமுனுப்பு பிரசாரம் என்றால் என்ன? அரசாங்கத்திலிருந்தே ஆட்களைத் தயார் செய்து பல்வேறு பகுதிகளுக்கு அனுப்புவது. அவர்கள் இரண்டு இரண்டு பேராக, மூன்று மூன்று பேராக நாட்டினுடைய பல்வேறு பகுதிகளுக்குப் பிரிந்து போவார்கள். ஒரு தேநீரகத்தில், பலரும் கூடியிருக்கிற ஒரு பேருந்து நிறுத்தத்தில் நின்று கொண்டு ஒருவருக்கொருவர் அறியாதவர்கள் போல அவர்கள் பேசிக்கொள்வார்கள். அவர்கள் முனுமுனுத்துப் பேசிக்கொண்டிருக்கிற அந்தப் பேச்சு பக்கத்தில் இருக்கிறவர்களிடத்திலே பற்றும். இவர்கள் என்ன பேசிக்

கொள்வார்கள் என்றால் என்ன இருந்தாலும் ஹிட்லர் மாதிரி வராது என்பார் ஒருவர். இன்னொருவர் மறுக்கிறமாதிரி மறுப்பார். ம்றுக்கிறவருடைய வாதங்கள் எல்லாம் பலவீனமானதாக இருக்கும். அதை ஆதரிக்கிறவன் வாதம் எல்லாம் அழுத்தமாக இருக்கும். முதலில் மறுப்பவனும் அதனைப்பிறகு ஏற்றுக்கொள்வான். அதைப் பார்க்கிறபோது அந்த பேருந்து நிலையத்திலே நிற்கிறவர்கள் அந்த தேநீரகத்திலே இருக்கிறவர்கள் எல்லோரும்கூட அந்த வாதத்தை ஏற்றுக்கொள்வார்கள். இது ஒரு முனுமுனுப்பு பிரசாரம்.

இன்னொரு பக்கத்திலே பார்த்தால், எங்கே பார்த்தாலும் ஜோதிடப் பிரசாரம். ஜோதிடர்களுக்கு வேண்டிய அளவுக்குப் பணம் கொடுப்பது, ஜோதிடர்கள் ஏறத்தாழ ஒரே மாதிரியாக எழுதுவார்கள். இரண்டாவது உலக யுத்தத்திலே ஜெர்மனி மிகப்பெரிய வெற்றியடையப்போகிறது. இரண்டாவது உலக யுத்தத்திலே பிறரின் வீழ்ச்சி முடிவாகி விட்டது, ஜோதிடம் அப்படிச் சொல்கிறது. ராசி இப்படி இருக்கிறது, கிரக நிலைகள் நமக்குச் சாதகமாக இருக்கின்றன என்று ஒரு ஜோதிடப் பிரசாரம். பிறகு கோயபல்ஸ் சொல்கிறார், எந்த ஒரு செய்தியையும், அது சின்ன செய்தியாகக்கூட இருக்கலாம், திரும்பத் திரும்பச் சொல்லுங்கள், அழுத்தமாகச் சொல்லுங்கள். நீங்கள் திரும்பத் திரும்பச் சொல்லுகிறபோது, பொய்கூட உண்மையாகும் என்பதுதான் கோயபல்சினுடைய அடிப்படை. இப்படி மூன்று விதமான பிரசாரங்களைக் கட்டவிழ்த்து விட்டதோடு மட்டுமல்லாமல் கலைத்துறையையும் கைப்பற்றி, யூதர்களுக்கு எதிரான படங்களை எல்லாம் கோயபல்ஸ் அவரே தன்னுடைய மேற்பார்வையிலே தயாரித்து வெளியிட ஆரம்பித்தார். எனவே கலைத்துறையை கைப்பற்றிக்கொண்டால் அது மக்களிடத்திலே மிக எளிதாகப் போய்ச்சேரும் என்பதையும் கோயபல்ஸ்தான் முதன் முதலாகஅறிந்தார். கலை என்பதைக் கைப்பற்றிக் கொண்டு நாம் எதையும் சொல்ல முடியும். ஊடகம்தான் வலிமையானது. அதையும் கோயபல்ஸ் மிகத் தெளிவாக அறிந்து வைத்திருந்தார். எனவே கோயபல்சினுடைய பிரசார உத்திகள் எல்லாம் மிகச் சிறந்தனவாக இருந்தன.

பிறகு செக்கோஸ்லேவியா நாட்டைச்சேர்ந்த இலிடா கர்வா என்ற நடிகையுடன் அவருக்குத் தொடர்பு இருக்கிறது என்று

அவருக்கு எதிரான ஒரு பிரசாரம் வந்து சேர்ந்தது. அது உண்மையும்கூட. அதிலே அவருடைய பெயர் கொஞ்சம் சரிந்தாலும், மறுபடியும் இரண்டாவது உலக யுத்தத்திலே கோயபல்ஸ் உலகத்தினுடைய உச்சத்திலே வந்து நின்றார். உலகம் முழுவதும் வியப்பாகப் பார்க்கிற அளவுக்குக் கோயபல்ஸ் வளர்ந்தார். ஆனால் கடைசியாக என்ன நேர்ந்தது... எந்தத் திறமையும் உண்மையில்லை என்றால் அழிந்துபோகும் என்பதை வரலாறு காட்டுகிறது. எல்லாத் திறமைகளும் ஹிட்லரிடத்திலேயும் இருந்தன. கோயபல்சிடத்திலேயும் இருந்தன. ஆனால் இறுதியாக சோவியத் நாட்டுப் படைகள் ஜெர்மனியை முற்றுகையிட்ட நேரத்தில் 1945, ஏப்ரல் மாதம் 30-ஆம் தேதி ஹிட்லர் தற்கொலை செய்து கொண்டார். இந்த நாட்டின் அடுத்த அதிபராக நான் கோயபல்சை நியமிக்கிறேன் என்று நியமித்து விட்டுத்தான் ஹிட்லர் இறந்துபோனார். ஆனால் கோயபல்ஸ் அந்த நாட்டுக்கு எத்தனை நாள் அதிபராக இருந்தார் தெரியுமா? அடுத்த ஒரே ஒரு நாள் அதிபராக இருந்தார். மே மாதம் முதல் தேதி அவர், தன்னுடைய மனைவி, 6 குழந்தைகளோடு தற்கொலை செய்து கொண்டு மாண்டுபோனார் என்றுதான் நாம் சரித்திரத்திலே படிக்கிறோம். எனவே எவ்வளவு திறமை இருந்தாலும் அது உண்மையின் அடிப்படையில் நேர்மையின் அடிப்படையில் இருந்தால்தான் நிலைக்கும் என்பதை கோயபல்சின் வரலாறு நமக்குக் காட்டுகிறது.

◻

தள்ளாடும் வாழ்க்கை

உழைக்கிற மக்கள் கோபப்படுகிறவர்களாக இருக்கிறார்கள். அடிக்கடி சண்டை போட்டுக் கொள்கிறவர்களாக இருக்கிறார்கள். இப்படி யெல்லாம் சண்டைபோட்டுக்கொள்வது நாகரிகம் இல்லை என்பதை அறியாதவர்களாக இருக்கிறார்கள். ஆனால் அந்தச் சண்டை களைத் தாண்டி, அந்த கோப தாபங்களைத் தாண்டி அவர்களுடைய நெஞ்சில் ஈரமும், இரக்கமும் படிந்து கிடக்கிறது

இலக்கியம் என்பது வாழ்க்கையின் மொழி பெயர்ப்பு என்று சொல்வார்கள். ஆனால் எல்லா இலக்கியங்களும் அப்படி இருக்கின்றன என்று சொல்ல முடியாது. சில எழுத்தாளர்கள் பெரும் பாலும் கற்பனைகளிலும், புனைந்துரைகளிலுமே கதைகளைப் படைக்கிறார்கள். ஆனால் வேறு சில எழுத்தாளர்கள் வாழ்க்கையை, வாழ்க்கை யினுடைய ஒடுக்குமுறைகளை, மக்கள் படும் இன்னல்களை அப்படியே கதைகளாக, கவிதை களாகப் பெயர்த்துத் தருகிறார்கள். எழுத்தாளர் விழி.பா.இதயவேந்தனின் கதைகள் பெரும் பான்மையும் சமூக ரீதியாகவும் பொருளாதார ரீதியாகவும் ஒடுக்கப்பட்ட மக்களுடைய வாழ்க்கை நிலையை எடுத்துக்காட்டுகிற கண்ணாடியாகத் தான் அமைந்து இருக்கின்றன.

'தடுமாற்றம்' என்று ஒரு சிறுகதை. ஏறத்தாழ 15 ஆண்டுகளுக்கு முன்னால் அவரால் எழுதப்பட்ட

ஒரு சிறுகதை. அந்தக் கதை மிக எளிமையாக இந்த மக்களுடைய வாழ்க்கை என்னவாக இருக்கிறது, எந்த ஒரு நெருக்கடியிலும்கூட அந்த அன்பும் பாசமும் எப்படி மாறாமல் இருக்கின்றன என்பதைக் காட்டுகிறது.

உழைக்கிற மக்கள் கோபப்படுகிறவர்களாக இருக்கிறார்கள். அடிக்கடி சண்டை போட்டுக் கொள்கிறவர்களாக இருக்கிறார்கள். இப்படியெல்லாம் சண்டைபோட்டுக்கொள்வது நாகரிகம் இல்லை என்பதை அறியாதவர்களாக இருக்கிறார்கள். ஆனால் அந்தச் சண்டைகளைத் தாண்டி, அந்தக் கோப தாபங்களைத் தாண்டி அவர்களுடைய நெஞ்சில் ஈரமும், இரக்கமும் எப்படிப் படிந்து கிடக்கிறது என்பதை அவர்களுடைய கதைகள் சொல்லும். இந்தத் தடுமாற்றம் என்கிற கதை விழுப்புரத்துக்கு அருகில் வழுதிரெட்டி என்ற ஒரு சின்ன ஊரில் நடைபெறுகிற ஒரு நிகழ்ச்சியாக அமைக்கப்பட்டிருக்கிறது. அந்த வழுதிரெட்டியிலே சாணார்மேடு பக்கத்திலே துணிகளுக்கெல்லாம் பெட்டி போட்டுக் கொடுக்கிற, இஸ்திரி போடுவது என்று சொல்கிற அந்தத் தொழிலைச் செய்கிற முருகேசன் என்கிறவனுடைய வாழ்க்கையில் ஒருநாள் நடைபெற்ற ஒரு நிகழ்ச்சிதான் கதை.

முருகேசன் 15 ஆண்டுகளாக அந்தப்பகுதியிலே இருக்கிறான். அங்கே இருக்கிற மக்களின் துணிகளையெல்லாம் பெட்டி போட்டுக் கொடுப்பது அவனது தொழில். அதற்கு ஒரு தள்ளுவண்டி இருக்கிறது. அந்தத் தள்ளுவண்டிக்கு ரகுபதி நடமாடும் இஸ்திரி வண்டி என்று பெயர். அந்த இஸ்திரி வண்டி என்பதுகூட தவறுதலாக ஸ்திரி வண்டி என்று எழுதப்பட்டிருக்கிறது. ரகுபதி என்பது முருகேசனுடைய மூத்த மகனுடைய பெயர். ஆனால் அன்றாடம் அவனுக்கு வருமானம் கிடைக்குமா என்றால் பல நாட்களில் கிடைக்காது. அந்தப்பகுதியில் வாழ்கிற மக்களே மிகவும் ஏழைப்பட்டவர்கள். சிலபேர் இன்னமும் கோவணம்தான் கட்டிக்கொண்டிருக்கிறார்கள். அவர்கள் இஸ்திரி போடுவதற்கு வாய்ப்பில்லை. எனவே முருகேசன் பல நேரங்களிலே, அருகில் இருக்கிற அரசு ஊழியர் குடியிருப்புக்குத் தான் வண்டியைக் கொண்டுபோகிறான். அது படித்த நடுத்தட்டு மக்கள் இருக்கிற பகுதி. எல்லோரும் அரசாங்கத்திலே வேலை செய்கிறவர்கள். எனவே

அங்கு ஏழெட்டுத் தெரு சுற்றி வந்தால் அவன் ஜீவனம் அன்றைக்கு ஓடும் என்பது அந்தக் கதையினுடைய சாரம்.

இந்தக் கதை நடக்கிற அந்த நாளில் அவனுக்கு எங்கேயும் வருமானம் இல்லை. இயல்பாகவே ஏதோ கொஞ்சம் வருமானம் வரும். அதிலே கொஞ்சம் கொண்டு வந்து மனைவியிடத்திலே கொடுத்து விட்டு ஒரு கிளாஸ் சாராயத்தைக் குடித்துவிட்டுத் திரும்ப வந்து உட்கார்ந்து விட்டால் சோற்றுத்தட்டும் சாராயத்தினுடைய போதையும் சேர்ந்து சுற்றியடிக்கும். பிறகு பொழுது விடிவதே அவனுக்குத் தெரியாது அவனுடைய மனைவி எல்லாச் சிரமங்களுக்கு இடையிலே அவளும் வேலை செய்து ஏதாவது நான்கு வீட்டிலே துணியை வாங்கிக் கொண்டுவந்து துவைத்து அவளும் பெட்டி போட்டுக் கொடுத்து... அப்படித்தான் அந்தக் குடும்பம் ஓடிக் கொண்டிருக்கிறது. மூத்த பையன் ரகுபதியை 8-ஆவதுக்கு மேலே படிக்க வைக்க முடியவில்லை, தொழிலுக்கு வந்து விட்டான். இரண்டாவது பெண் 7-ஆவது படிக்கிறாள். அடுத்து இரண்டு குழந்தைகள், சின்னக் குழந்தைகள். நான்கு குழந்தைகள். மொத்தம் ஆறு ஜீவன்கள் இந்தத் தொழிலை வைத்துக் கொண்டு தங்கள் வாழ்க்கையை ஓட்டியாக வேண்டும். தங்கள் வயிற்றுப் பிழைப்பைப் பார்த்துக் கொள்ள வேண்டும். இதுதான் இன்றைக்கு பல்லாயிரக்கணக்கான மக்களுடைய வாழ்க்கை நிலை.

ஒருநாள் முருகேசன் தன்னுடைய வேலைக்குப் புறப்படுகிறான். என்ன வெச்சிருக்கே சாப்பிடுறதுக்கு... அப்படின்னு கேட்கிறான். மனைவி கஞ்சியைக் கொண்டுவந்து கொடுக்கிறாள். என்ன வெறும் கஞ்சிதானா? ஒருநாள்கூட மீன் ஆக்கமாட்டியா? என்று கேட்கிறான். ஆமா நீ கொண்டு வந்து கொட்டுற பாரு... தினமும் மீன் ஆக்கி வைக்கிறதுக்கு... என்று மனைவி சொல்கிறாள். வறுமை அவர்களுக்குள் சண்டை மூட்டுகிறது. வறுமை அவர்களை மோத வைக்கிறது. இரண்டு பேரும் கடுமையாகப் பேசிக் கொள்கிறார்கள். கிராமத்திலே கோபப்பட்டால் அரிவாளை எடுப்பார்கள். இவனுக்கு கிடைத்த ஆயுதம் இவன் வைத்திருக்கும் இஸ்திரி பெட்டிக்கு கீழே இருக்கும் இரும்பு வளையம் இருக்கிறதே அதுதான். அதை எடுத்து ஓங்கி அடிக்கிறான். அவளுடைய தலையிலே அது விழுந்து நெற்றியிலே பட்டு ரத்தம் கொட்டுகிறது. மகன் ரகுபதி ஓடிப்போய்த் துணியை எடுத்து வந்து கட்டித் தன் அப்பாவைப் பார்த்து

முறைக்கிறான். என்ன இப்படிச் செய்கிறானே என்று அந்தப் பிள்ளைக்குக் கோபம். தினந்தோறும் எல்லோருக்கும் வேலை செய்வது மட்டுமல்லாமல் எல்லோருக்கும் வடித்துக் கொட்டுகிற தன் தாயை இவன் இப்படிப் அடித்துப் போடுகிறானே என்கிற கோபத்தில் அந்தப் பையன் பார்க்கிறான். இவன் திரும்பக் கேட்கிறான் என்னடா முறைக்கிற... உன் தலையையும் பிளந்து விடுவேன் என்று இவன் கோபத்திலே சொல்கிறான். ரொம்பப் பேசினே கொலை விழுந்துவிடும் என்று சொல்லுகிறபோது மனைவி சொல்கிறாள், அதையாவது செய்... காலமெல்லாம் இப்படிப் பசியும் பட்டினியும் உன்னுடைய அடியிலும் விழுந்து சாகிறதவிட என்னை அப்படியாவது கொன்னு போட்டுட்டுப் போ... என்று அவள் சொல்கிறாள். கோபத்திலே அவன் வண்டியைத் தள்ளிக்கொண்டு போய் விடுகிறான். இவள் மயக்கத்திலே சாய்ந்து கிடக்கிறாள். பிள்ளைகள் பட்டினியிலே இருக்கிறார்கள். இது ஒரு வீட்டினுடைய நிலை. ஒரு நாட்டினுடைய நிலை. இது பல்லாயிரக்கணக்கான மக்களுடைய நிலை.

அவள் கொஞ்ச நேரத்திற்குப் பிறகு விழிப்பு வந்து தன் மகன் ரகுபதியை அழைத்து, டேய் ஓடிப்போய் ராவுத்தர் கடையில கடன் சொல்லிட்டு ஒரு அரை கிலோ அரிசி வாங்கிட்டு வாரியா என்று கேட்கிறாள். அவன் கேட்கிறான் இப்ப என்ன அரிசி... எப்பவும் ராத்திரியிலதானே போய் வாங்கிட்டு வருவோம். இப்போ எதுக்குப் போய் வாங்கிட்டு வரச்சொல்ற என்று கேட்கிறான். டே வாங்கிட்டு வாடா? உங்க அப்பன் பட்டினியா போயிருக்கிறான் என்று சொல்கிறாள், யார் தன்னை அடித்துக் காயப்படுத்தி விட்டுப்

போனானோ அவன் பட்டினியாகப் போயிருக்கிறான் என்று இவள் பரிதாபப்படுகிறாள். உங்க அப்பன் பட்டினியா போயிருக்கான்... அரிசி வாங்கிட்டு வாடா என்று சொல்லி அரிசியைச் சோறாக ஆக்கி பிறகு பானைக்குள்ளே தேடி, ஒரு கருவாட்டுத் துண்டைச் சுட்டு எடுத்துக்கொண்டு அந்தப் பக்கத்துக் காலனிக்கு ஓடுகிறாள். அங்கு கணவனைக் காணவில்லை. இரண்டு மூன்று தெருக்களுக்குத் தேடி அலைகிறாள். பிறகு ஒரு இடத்திலே வண்டி மட்டும் இருக்கிறது ஆளைக் காணவில்லை. அங்கே இருக்கிற கடையில் கேட்கிறாள். அவர் சொல்கிறார் இங்கேதான்ம்மா காலையிலே இருந்து புலம்பிக்கிட்டு இருந்தான் உன் வீட்டுக்காரன். ஒண்ணுமே கிடைக்கல. ஒரு துணியும் கிடைக்கலன்னு புலம்பிக் கிட்டு இருந்தான். இப்பதான் எங்கேயோ போனான் அந்தா வர்றான் பார்... என்கிறான். பக்கத்தில் இன்னொருவரும் வருகிறார். எங்கே போயிட்டு வர்ற... என்று மனைவி கேட்கிறாள். நம்ம மணி அண்ணன் வந்துச்சி...

ஓ வாங்கிக் கொடுத்தாரோ அப்படின்னு கேட்கிறா... சும்மா ஒரு கிளாஸ்தான் போட்டேன் என்று அவன் சொல்கிறான். ச்சீ... மனுஷனா நீ என்று மறுபடியும் சண்டை. சரி இப்படியே வா வீட்டுக்குப் போகலாம். இல்லை இன்னும் பணமே வரல நீ போ என்கிறான். பணம் வராட்டி பரவாயில்லை நீ வா என்று கையைப் பிடித்து அழைத்து வருகிறாள். அவனை உட்கார வைத்துச் சாப்பாடு போடுகிறாள். பட்டினியா சுத்தாதே... சாப்பிடு என்கிறாள். ஓடி வந்து மகன் இந்தக் காட்சியைப் பார்க்கிறான். அவனுக்குப் புரியவில்லை. இரண்டு பேரும் அப்படி அடித்துக் கொண்டார்கள். இப்போது அதே வீட்டில் அன்பும் பாசமும் பொங்கி வழிகிறது. அவன் பட்டினியாய்க் கிடக்கிறானே என்று அவள் பரிதவிக்கிறாள். அப்போது அவனையும் உட்கார வைத்து மகனே நீயும் சாப்பிடு என்கிறாள். அம்மா நீ சாப்பிடலியே... தங்கச்சி சாப்பிடலியே என்கிறான். நீ சாப்பிட்டு விட்டு ராவுத்தர் கடையிலே இன்னொரு அரைக்கிலோ அரிசி கடனா வாங்கிட்டுவா என்கிறாள்.

நம்பிக்கையிலே தான் அந்த வீடும் வாழ்க்கையும் நகர்கிறது என்கிற அந்தக் கதையைப் படிக்கிறபோது, இன்னும் எத்தனை ஆயிரம் மக்கள் இதே சோகத்தில் இதே வறுமையில் இன்னும் இந்த மண்ணில் வாழ்ந்து கொண்டிருக்கின்றனரோ என்கிற வேதனை நம் நெஞ்சை அப்படியே அழுத்திக் கொள்கிறது.

□

திராவிடச் சான்று

சமஸ்கிருதம்தான் இந்திய மொழிகளுக்கெல்லாம் தாய். சமஸ்கிருதத்தில் இருந்துதான் தமிழ் உள்ளிட்ட மொழிகள் எல்லாம் தோன்றின என்று 18-ஆம் நூற்றாண்டின் இறுதியிலே கல்கத்தாவிலே சர்வில்லியம்ஜோன்ஸ் என்கிற வெள்ளைக்காரர் சொன்ன அந்தக் கோட்பாட்டை எல்லீஸ்தான் முதன் முதலாக மறுத்திருக்கிறார்.

ஆராய்ச்சி உலகத்தில் தேடுதல் ஒருநாளும் ஓய்வதில்லை. இந்தச் செய்தி ஏற்கனவே கண்டுபிடிக்கப்பட்டு விட்டது என்று ஓய்ந்து போவது ஆய்வாக ஆகாது. அது சரிதானா என்று மீண்டும் மீண்டும் சரிபார்ப்பதும் தேடுவதும் ஆய்வுகளிலே தொடர்ந்து நடந்து கொண்டிருக்கிறது.

அண்மையில் திராவிட இயக்க வரலாற்றில் ஒரு புதிய ஆய்வு, ஒரு புதிய கண்டுபிடிப்பு வெளியிடப்பட்டு இருக்கிறது. அதிலே மிகப்பெரிய வியப்பு என்ன என்றால் தமிழ் உலகம் பற்றி, திராவிடம் என்கிற சொல் ஆய்வுபற்றிக் கண்டுபிடித்திருப்பவர் அமெரிக்காவிலே இருக்கிற ஒரு பேராசிரியர். முதன் முதலாக, 1856-ஆவது ஆண்டு கால்டுவெல் என்று அயர்லாந்திலே இருந்து வந்த ஒரு பாதிரியார்தான் அதைப் பற்றிச் சொன்னார் என்று நாம் இதுவரைப் படித்திருக்கிறோம். 1838-இல் அயர்லாந்திலே இருந்து இந்தியாவுக்கு வந்த கால்டுவெல் 1856-இல் ஒரு புத்தகம் வெளியிட்டார்.

காலடுவெல் பாதிரியார்

அந்தப்புத்தகம் தமிழக வரலாற்றிலே ஒரு பெரிய மாற்றத்தை, தலைகீழ் மாற்றத்தை, புரட்சியை ஏற்படுத்தியது என்று சொல்லலாம். அந்தப் புத்தகம், தென்னிந்திய அல்லது திராவிட மொழிக் குடும்பங்கள் பற்றி ஒரு ஒப்பிலக்கணம் என்பதாக இருந்தது. அவர் கொண்டு வந்த அந்த ஆராய்ச்சி முடிவுதான் திராவிட இயக்கத்துக்கேகூட தமிழ்நாட்டிலே வித்தாக... விதையாக இருந்தது என்பது இதுவரை நாம் அறிந்திருக்கிற செய்தி. புதிதாக ஒரு செய்தியை அமெரிக்காவிலே இருக்கிற மிசிகன் பல்கலைக் கழகத்தினுடைய வரலாறு மற்றும் சமூகவியல் துறைப் பேராசிரியர் தாமஸ் ட்ரவுட்மென் என்கிறவர் இன்றைக்குக் கண்டுபிடித்துச் சொல்லியிருக்கிறார். அவர் எங்கேயோ இருக்கிறார். அவர்

பிறப்பினாலும்கூட அமெரிக்கர்தான். அவர் பல்வேறு ஆராய்ச்சிகளைச் செய்து அதைக் கண்டுபிடித்து இன்றைக்குச் சொல்லியிருக்கிறார். கால்டுவெல் சொன்னார் என்பது உண்மைதான் என்றாலும், கால்டுவெல் சொல்வதற்கு நாற்பது ஆண்டுகளுக்கு முன்பே 1816-ஆவது ஆண்டிலேயே லார்டு எல்லீஸ் என்கிற வெள்ளைக்காரர்தான் முதன் முதலாகத் திராவிட மொழிக் குடும்பங்களைப் பற்றிய செய்திகளை குறிப்பிட்டிருக்கிறார் என்பது ட்ரவுட்மென் கண்டுபிடித்து நமக்குத் தந்திருக்கிற ஒரு பெரிய பேருண்மையாக இருக்கிறது.

The dravidian proof என்று அவர் எழுதி இருக்கிற அந்தப் புத்தகம் இரண்டு மூன்று மாதங்களுக்கு முன்புதான் அமெரிக்காவிலும் அதே நேரத்திலே தமிழிலும் மொழி பெயர்க்கப்பட்டுத் தமிழ் நாட்டிலும் வெளியாகி இருக்கிறது. தமிழகத்திலே இருக்கிற முனைவர் சலபதி போன்ற நண்பர்கள் முயற்சி எடுத்து, பேராசிரியர் இராம.சுந்தரம் அவர்களுடைய, மொழி பெயர்ப்பா அல்லது தமிழ் நூலா என்று கண்டறிய முடியாத அழகான நடையிலே அந்த நூல் வெளிவந்திருக்கிறது. சென்னையிலே இருக்கிற மிட்ஸ் என்கிற ஆராய்ச்சி நிறுவனமும், காலச்சுவடும் சேர்ந்து அந்தப் புத்தகத்தை திராவிடச் சான்று என்று தமிழிலே கொண்டு வந்திருக்கிறார்கள். அந்தப் புத்தகத்தை படித்துப் பார்க்கிறபோது பல அரிய உண்மைகள் நமக்குக் கிடைக்கின்றன.

சமஸ்கிருதம்தான் இந்திய மொழிகளுக்கெல்லாம் தாய், சமஸ்கிருதத்தில் இருந்துதான் தமிழ் உள்ளிட்ட மொழிகள் எல்லாம் தோன்றின என்று 18-ஆம் நூற்றாண்டின் இறுதியிலே கல்கத்தாவிலே சர்வில்லியம்ஜோன்ஸ் என்கிற வெள்ளைக்காரர் சொன்ன அந்தக் கோட்பாட்டை எல்லீஸ்தான் முதன் முதலாக மறுத்திருக்கிறார். கால்டுவெல்லுக்கு நாற்பது ஆண்டுகளுக்கு முன்பாகவே தமிழ் உள்ளிட்ட திராவிட மொழிகள் தனிக் குடும்பத்தைச் சார்ந்தன. சமஸ்கிருத மொழியிலே இருந்து வந்தவை அல்ல என்பதை எல்லீஸ் 1816-இல் வெளியிட்டிருக்கிறார். இந்த ஆய்வை ட்ரவுட்மென் எப்படி மேற்கொண்டிருக்கிறார் என்பதைப் பார்க்கிறபோது, ஆராய்ச்சி என்பது எவ்வளவு நுட்பமானதும்,

எவ்வளவு மனித உழைப்பை உட்கொண்டதும் என்பதை நம்மாலே அறிந்து கொள்ள முடிகிறது. அவர் பிறந்ததும் இன்றைக்கு வாழ்ந்து கொண்டிருப்பதும் அமெரிக்காவிலே. அவர் இந்திய மொழிகளைப் பற்றிய ஆய்வுகளிலே அக்கறையும்... கவனமும் செலுத்துகிறார்.

1816-ஆவது ஆண்டு கேம்ப்வெல் என்பவர் எழுதிய தெலுங்கு மொழிபற்றிய ஒரு புத்தகத்தினுடைய முன்னுரையிலே எல்லீஸ் எழுதி இருப்பதை வைத்துதான் இதை அவர் கண்டுபிடித்தார். எல்லீஸ் எழுதியிருப்பது வெறும் முன்னுரைதான். எல்லீஸ், கேம்ப்வெல்லினுடைய புத்தகத்துக்கு முன்னுரை எழுதுகிற போது, இது ஒரு சரியான பார்வையிலே செய்யப்பட்டிருக்கிற புத்தகம். இன்னமும்கூட சமஸ்கிருதத்திற்கும் திராவிட மொழிக் குடும்பத்திற்கும் இருக்கிற வேறுபாடு பற்றி ஏராளமான செய்திகள் இருக்கின்றன. அவற்றையெல்லாம் நான் குறித்து வைத்திருக்கிறேன். திராவிட மொழிக் குடும்பம் என்பது தனித் தன்மை உடையது. அதனுடைய முதன்மையான மூத்த மொழி தமிழ் என்பதையெல்லாம் நான் எழுதி வைத்திருக்கிறேன். ஏராளமான குறிப்புகள் இருக்கின்றன. என்னுடைய நண்பர் எஸ்பிலுக்கும்கூட அதுபற்றிய ஏராளமான செய்திகளை நான் எழுதி அனுப்பி இருக்கிறேன். ஆனால் நான் சேர்த்து வைத்திருக்கிற செய்திகளை எல்லாம் நாற்பது வயது வரைக்கும் புத்தகமாக எழுதக்கூடாது, நாற்பது வயது வரைக்கும் படிக்கவேண்டும். பிறகுதான் புத்தகம் எழுதவேண்டும் என்று முடிவாக இருக்கிறேன் என்கிற ஒரு முன்னுரையை அவர் எழுதி இருக்கிறார்.

இதிலே வேதனைக்குரிய செய்தி என்ன என்றால் நாற்பது வயதுக்கு பிறகுதான் நான் கண்டுபிடித்திருக்கிற ஆய்வு முடிவுகளை எல்லாம் புத்தகமாக எழுதுவேன் என்று அவர் சொன்னார். நாற்பத்து ஒன்றாவது வயதில் எல்லீஸ் தானாகவே இறந்து போய்விட்டார். எனவே அவர் எந்தப் புத்தகத்தையும் எழுத வில்லை. பிறகு எப்படி ட்ரவுட்மென் கண்டுபிடிக்கிறார் என்றால் இதை வைத்துக்கொண்டு அவருடைய நண்பர் எஸ்பிலுடைய வாரிசுகள் இருக்கிறார்களா என்று தேடிப் பார்த்து பேரன் வழியிலே வந்த ஒரு உறவினரிடத்திலே வந்து எல்லீஸ் எழுதிய ஏராளமான கடிதங்களைப் பெறுகிறார். பிறகு சென்னைக்கு வந்து எழும்பூரிலே இருக்கிற

ஆவணக் காப்பகத்திலே பல்வேறு செய்திகளைச் சேகரிக்கிறார். லண்டனுக்குப் போய் அங்கே இருக்கிற ஆவணக் காப்பகங்களிலும் செய்திகளையெல்லாம் சேகரிக்கிறார். எல்லாவற்றையும் சேர்த்து இன்றைக்கு அதை திராவிடச் சான்று என்று ஒரு நூலாகக் கொண்டு வந்திருக்கிறார்.

அந்த நூல் ஆழமாக, அழுத்தமாக, சமஸ்கிருதத்திலே இருந்து வந்த மொழி அன்று தமிழ். தமிழும், கன்னடமும், மலையாளமும், துளுவும், குடகும், இன்னமும் சொல்லப்போனால் கங்கைக்கரை ஓரத்திலே இருக்கிற மால்ட்ரா என்கிற மக்கள் பேசுகிற ராஜ்மகால் மொழியும்கூட திராவிட மொழிகளே என்கிற அந்தச் செய்தியை எல்லீஸ் அன்றைக்கே கண்டுபிடித்து, 19-ஆம் நூற்றாண்டின் தொடக்கத்திலேயே சொன்ன செய்திகளையெல்லாம் தொகுத்து தாமஸ் ட்ரவுட்மென் நமக்குத் தந்திருக்கிறார். திராவிட இனம், தமிழ் இன மக்கள், தாமஸ் ட்ரவுட்மெனுக்குக் கடமைப்பட்டிருக்கிறார்கள். ◻

சிலப்பதிகார மாந்தர்

அடைக்கலமாக வந்தவர்களைக் காப்பாற்ற முடியவில்லையே என்கிற ஓர் ஏக்கத்தில் தங்கள் உயிரை மாய்த்துக் கொள்கிற அளவுக்கு மாண்புமிக்கவர்களாக, மிகுந்த பண்பாடு உடையவர்களாகத் தமிழ் இனத்து மக்கள் இருந்திருக்கிறார்கள்

சிலப்பதிகாரத்தில் தாங்கள் பிறந்த மண்ணை விட்டுக் கோவலனும், கண்ணகியும் புறப்பட்டு வருகிற காட்சி நாம் அறிந்த ஒன்றுதான். வருகிற வழியில் அவர்களுக்கு வழித்துணையாக, அவர்களுக்கு வழிகாட்டுகிறவராக கவுந்தியடிகள் கூடவே வருகிறார். கவுந்தியடிகள் ஒரு சமணத் துறவி. கவுந்தியடிகள் இந்த இரண்டு பிள்ளை களையும் அன்பாக அழைத்துக் கொண்டு மதுரைக்கு வருகிறார். அவருக்கும் அவர்களுக்கும் எந்தவிதமான தொடர்பும் இல்லை. ஒரு வழிபோக்கர்களாகத்தான் சந்தித்துக் கொண்டார் கள். என்றைக்கு நாம் பிறந்த மண்ணை விட்டு வேலை தேடி அல்லது வாழ்க்கை தேடி வெளிநாட்டுக்கு, இன்னொரு மண்ணுக்குப் போக நேர்கிறதோ அது ஒரு விதத்தில் அடிப்படையான சோகம்தான். அந்த சோகத்தோடு வருகிற இரண்டு பேரையும் ஆறுதலாகக் கவுந்தியடிகள் அழைத்துச் செல்கிறார். போகிற வழியிலேயே மெல்ல மெல்ல அவர்களின் வாழ்க்கை பற்றி ஓரிரு செய்திகளை அறிந்து கொள்கிறார். எதிரே வந்த மாடலன் மூலமாகக் கோவலன் பற்றியும் கூடுதலாக அறிந்து கொள்கிறார். பிறகு மதுரையினுடைய

புறப்பகுதியைப் போய்ச் சேருகிறபோது, அங்கு மாதரி என்கிற ஓர் இடையர் குலப் பெண்ணிடம் அவர்கள் இரண்டு பேரையும் அடைக்கலமாக ஒப்படைக்கிறார்.

இந்தக் காட்சியிலே நாம் எதைக் கவனத்தில் கொள்ளவேண்டும் என்றால் கவுந்தியடிகள் அவர்களைப் பாதுகாக்க வேண்டிய எந்தத் தேவையும் இல்லாதவர். அவர் சொன்னார் என்பதற்காக அவர்கள் இரண்டு பேரையும் அடைக்கலமாகப் பெற்றுக்கொள்கிற மாதரியும்கூட இவர்கள் இரண்டு பேரையும் பாதுகாக்கவேண்டிய எந்தக் கடமையும் இல்லாதவர். ஆனால் கவுந்தியடிகளும் மாதரியும் இந்தக் கோவலன் கண்ணகியைத் தங்களின் பிள்ளைகளாக அல்லது தங்களின் மிக நெருக்கமான உறவினர்களாகக் கருதுகிற பண்புடையவர்களாக இருக்கிறார்கள். அந்தப் பண்பையும் தாண்டி அவர்கள் அடைக்கலம் வந்தவர்களை எப்படிக் காப்பாற்ற வேண்டும் அல்லது அடைக்கலம் வந்தவர்கள் இறந்துபோனால் அதற்கு மறைமுகமாகத் தாங்களும் பொறுப்பாகிறோம் என்று கருதுகிற அளவுக்கு மிகுந்த பண்புடையவர்களாக இருந்திருக்கிறார்கள். கவுந்தியடிகளினுடைய மதம் வேறு, மாதரியினுடைய மதம் வேறு. மாதரி ஒரு இடைக்குலப்பெண். கண்ணனை வழிபட்ட, வைணவ மதத்தைச் சேர்ந்த பெண். இந்த மதங்களையெல்லாம் தாண்டி மனித நேயத்தோடு கோவலனையும் கண்ணகியையும் தன் வீட்டுக்கு அழைத்து விருந்தோம்பி அவர்களைப் பாதுகாத்துக் கொண்டிருந்த மாதரி தன்னுடைய வாழ்க்கையை எப்படி முடித்துக் கொண்டாள், கவுந்தியடிகள் எப்படி மாண்டுபோனார் என்கிற செய்தி சிலப்பதிகாரத்திலே இருக்கிறது.

நாம் கோவலன், கண்ணகி வருகிற காட்சியை, கவுந்தியடிகளை, மாதரியை அறிந்திருக்கிறோம். ஆனால் மாதரியின் முடிவும், கவுந்தியடிகளின் முடிவும் எப்படி நிகழ்ந்தது என்பதைச் சிலப்பதிகாரம் சொல்லுகிற இடம் மிக முக்கியமானது. மிக உயர்ந்த பண்பாட்டினுடைய உச்சமான இடத்தை அந்த வரிகள் நமக்குச் சிலப்பதிகாரத்திலே காட்டுகின்றன. கோவலன் இறந்து போகிறான்,

கண்ணகி நீதி கேட்கிறாள். பிறகு கண்ணகியும் இறந்து போகிறாள். இரண்டு பேரும் இறந்து போனதற்கு கவுந்தியடிகளோ மாதரியோ எந்த விதத்திலும் பொறுப்பானவர்கள் இல்லை. இவர்கள் இரண்டு பேரையும் காப்பாற்ற வேண்டிய தேவையும் அவர்களுக்கு இல்லை. அது ஒரு மனிதநேயம், அன்பு, இரக்கம் அவ்வளவுதான்.

ஆனால் என்ன நேர்கிறது என்றால் தங்களிடத்திலே வந்தவர்கள், தங்களை நம்பி வந்தவர்கள், இறந்துபோனதற்குத் தாங்களும் காரணமாகி விட்டோமோ என்கிற மன உளைச்சல் இரண்டு பேருக்குமே வருகிறது. கவுந்தியடிகளாவது படித்தவர் மிகப்பெரிய நெறிகளையெல்லாம் பின்பற்றுகிற ஒரு துறவி. மாதரி ஒரு இயல்பான அன்றாட வாழ்க்கையிலே நாம் பார்த்துக் கொண்டி ருக்கிற ஒரு சாதாரண இடைக்குலப் பெண். ஆனால் கவுந்தியடி களைப்போலவே மாதரியும் மிக உயர்ந்த பண்பாட்டோடு அதை

எண்ணிப் பார்க்கிறாள். கவுந்தியடிகள் என்ன செய்கிறார் என்றால் நாம் சரியாக அவர்களைப் பாதுகாக்க வில்லையோ என்கிற மன உளைச்சலில் இறந்து போகிறார். உண்ணாநோன்பு இருந்து இறந்து போகிறார். சங்க இலக்கியத்திலே அதை வடக்கிருத்தல் என்று சொல்லுவார்கள். உண்ணாமல் வடக்குநோக்கி இருந்து இறந்து போகிற ஒரு நிலை. அதற்குப் பிறகு நாம் சிலப்பதிகாரத்திலேதான் அந்தக் காட்சியைப் பார்க்கிறோம்.

அதாவது கோவலனும் கண்ணகியும் இறந்து போனதற்கு ஒரு விதத்திலே தானும் ஒரு காரணமாக இருந்து விட்டோமோ, இன்னும் கொஞ்சம் பொறுப்பாக இருந்திருக்கலாமோ, இன்னும் அவர்களைப் பாதுகாப்பான இடத்தில் விட்டிருக்கலாமோ, அல்லது அவர்களுடைய துன்பத்தை என்னவென்று தெரிந்து அதற்கு வழி சொல்லி இருக்கலாமோ, தவறி விட்டோமோ என்கிற ஒரு மன உளைச்சல் கவுந்தியடிகளைப் பாதிக்கிறது. இளங்கோவடிகள் எழுதுகிறார், பொறுமையே உருவமாக இருக்கிற அந்த கவுந்தியடிகள் 'என்னொடு வந்தவினை இவரொடும் வந்து உறுத்ததோ' என்று எண்ணி உண்ணாமல் உயிரைத் துறந்தார் என்று அவர் எழுதுகிறார்.

மாதரி என்ன செய்தார் தெரியுமா? தன்னிடத்திலே அடைக்கல மாக வந்த அந்தப் பெண்ணையும் அந்த கோவலனையும் தன்னால் கடைசி வரைக்கும் காப்பாற்ற முடியாமல் போய்விட்டதே, தன் வீட்டில் விருந்தாளிகளாக இருந்தவர்கள் இப்படிக் கொலையுண்டு இறந்து விட்டார்களே என்கிற எண்ணத்தில் மாதரி தீக்குளித்து இறந்து போனாள் என்று சிலப்பதிகாரம் சொல்கிறபோது, அடடே அடைக்கலமாக வந்தவர்களைக் காப்பாற்ற முடியவில்லையே என்கிற ஏக்கத்தில் தங்கள் உயிரை மாய்த்துக் கொள்கிற அளவுக்கு மாண்புமிக்கவர்களாக, மிகுந்த பண்பாடு உடையவர்களாகத் தமிழ் இனத்து மக்கள் இருந்து இருக்கிறார்கள் என்ற செய்தியை நாம் பெற்றுக் கொள்கிறோம். அப்படி உயிரை விட வேண்டுமா என்பதுவேறு. ஆனால் அவர்களுக்கு அந்த உறுத்தல் இருந் திருக்கிறது. தங்களிடம் வந்தவர்களைத் தாங்கள் எப்படியாவது

காப்பாற்றியிருக்க வேண்டும். அவர்களுக்கு என்ன நேர்ந்தாலும் அதில் தங்களுக்கும் பொறுப்பிருக்கிறது என்று எண்ணிப் பார்க்கிற பெரிய மனம் அவர்களுக்கு இருந்திருக்கிறது.

எனவே கவுந்தியடிகள் உண்ணா நோன்பிருந்து உயிர் துறந்திருக்கிறார். மாதரி தீக்குளித்துத் தன்னை மாய்த்துக் கொண்டிருக்கிறார். கோவலனுக்காகவும் கண்ணகிக்காகவும், வேறு எந்தத் தொடர்பும் இல்லாத, வெறும் அடைக்கலமாக வந்த அவர்களுக்காகத் தங்கள் உயிர்களை மாய்த்துக் கொண்ட இரண்டு மாமனிதர்களை, இரண்டு மாபெரும் பெண்களைச் சிலப்பதிகாரம் நமக்கு அடையாளம் காட்டுகிறது.

பசி வந்திட...

பசியால் வாடுகிற பல்லாயிரக்கணக்கான மக்களை சுமந்திருக்கிற ஒரு சமூகம் ஒருநாளும் நாகரிகமான சமூகமாக இருக்க முடியாது.

'பசி வந்திடப் பத்தும் பறந்துபோம்' என்பார்கள். பசி அவ்வளவு கொடுமையானது. அதனால்தான் அதை அழி பசி என்றார் வள்ளுவர். பசிப்பிணி என்றது புறநானூறு. பசி ஒரு மனிதனை அடியோடு அழித்து விடும் என்பதனாலேதான் அப்படி ஒரு சொல்லை வள்ளுவர் கையாளுகிறார். அழி பசி என்கிறார். பசி ஒரு நோய் என்று புறநானூறு சொல்கிறது. திருக்குறளில் பசியெனும் தீப்பிணி என்றும் ஒரு தொடர் வருகிறது. எனவே பசி ஒரு நோய், பசி ஒரு கொடூரம், அந்தப் பசி வந்தால் பத்தும் பறந்துபோய் விடும் என்று நம் தமிழ் இலக்கியம் சொல்கிறது. இப்போது நமக்கு ஒரு வினா எழுகிறது. பத்தும் பறந்துபோய் விடும் என்றால் எந்தப் பத்து? எந்தெந்த குணமெல்லாம் நம்மை விட்டுப் போய்விடும் என்று நமக்குத் தெரிய வேண்டாமா? அதற்கு விடை தமிழ் இலக்கியத்திலே இருக்கிறது. அவ்வையார் நல்வழி எனும் நூலில் ஒரு நாற்பது வெண்பாக்களை எழுதி இருக்கிறார். அதிலே இருபத்தி ஆறாவது பாடல் இதற்கான விடையைச் சொல்கிறது. பசி வந்தால் பறந்து போகக்கூடிய பத்து குணங்கள் என்ன என்பதை அந்தப் பாட்டு பட்டியலிடுகிறது.

மானம், குலம், கல்வி, வண்மை, அறிவுடைமை, தானம், தவம், முயற்சி, தாளாண்மை, தேனின் கசிவந்த சொல்லார்மேல் காமுறுதல் ஆகிய பத்தும் பசிவந்திடப் பறந்துபோம் என்பது அந்தப் பாட்டு.

அதிலே முதலில் போகிற குணம் பார்த்தீர்களா? மானம் போய்விடும் என்று அவ்வை தொடங்குகிறார். பசி வந்த உடனே அடுத்தவர்களிடத்திலேபோய் எப்போது நாம் கை நீட்டுகிறோமோ அப்போதே நம்முடைய தன்மானம் போய்விடுகிறது. மானம், குலம், கல்வி, பண்பு, அறிவுடைமை எதுதான் மிச்சமிருக்கிறது என்று புரியவில்லை. எல்லாம் போய்விட்டால் மனிதனுக்கு கடைசியாக உயிர் மிச்சமிருந்தாலும் பயனில்லை என்கிற அளவிலேதான் என்னவெல்லாம் போகுமென்று பட்டியலிடுகிறார். குலம் (உங்களுடைய குடிப்பண்பு, குடும்பத்தினுடைய சிறப்பு போய்விடும்), கல்வி (நீங்கள் படித்த படிப்பு, அறிவு எல்லாம் போய்விடும்), வண்மை (வண்மை என்றால் வள்ளல்தன்மை, ஈகை) கொடுக்க வேண்டும் என்கிற எண்ணம் போய்விடும். அறிவுடைமை போய்விடும். தவம் போய்விடும், முயற்சி போய்விடும், தாளாண்மை போய்விடும்.

எல்லாவற்றையும்விட பத்தாவதாக ஒரு குணத்தைச் சொல்கிறார். முதல் ஒன்பது குணத்தை நாம் பார்த்தோம். பத்தாவதாக அவ்வையார் சொல்கிறார் கடைசியாகக் காமம்கூடப் பசி வந்தால் போய்விடும் என்கிறார். தேனிலிருந்து கசிகிற அந்த இனிமையைப் போலப் பேசுகிற சொல்லார்மீது, ஏற்படுகிற காமம்கூடப் பசி வந்தால் பறந்து போகும் என்று பாட்டு முடியும்.

எனவே பசி என்பது ஒரு மனிதனுடைய குணங்களை எல்லாம் எப்படிச் சிதைத்து விடுகிறது என்பதை இந்தப் பாட்டுச் சொல்கிறது. இந்தப் பாட்டு வெறும் இலக்கிய நயத்துக்காக அன்று, ஒரு சமூகம் வறுமைக்கு இடம் கொடுக்கக்கூடாது என்பதை வலியுறுத்து வதற்காகச் சொல்லப்படுகிற பாட்டு. பசியோடு ஒரு தனி மனிதன் இருப்பது ஒரு சமூகத்திற்கு ஏற்படுகிற அவமரியாதை. பசியோடு வாழும் ஒரு மனிதனைப் பார்த்துக் கொண்டிருக்கிற சமூகம் நாகரிகமானது என்று ஒருநாளும் நாம் கருத முடியாது. ஏனென்றால் பசி வந்தவன் தன்னுடைய மானத்தை இழந்து விடுகிறான். அறிவை இழந்து விடுகிறான். கல்வியை இழந்து விடுகிறான். தானம் தவத்தை

இழந்து விடுகிறான். முயற்சியை இழந்து விடுகிறான். தன்னுடைய காம உணர்வைக்கூட இழந்து விடுகிறான் என்று சொன்னால், அப்படிப் பசியால் வாடுகிற பல்லாயிரக்கணக்கான மக்களை சுமந்திருக்கிற ஒரு சமூகம் ஒருநாளும் நாகரிகமான சமூகமாக இருக்க முடியாது. எனவே பசி வந்தால் பறந்து போகக்கூடிய பத்து என்ன என்று பட்டியலிட்டு அவற்றைத் தெரிந்துகொள்வதைக் காட்டிலும் மிக முக்கியமானது பசியோடு மக்களை இந்த உலகத்திலே இருப்பதற்கு நாம் அனுமதிக்கக்கூடாது என்பதுதான். அனுமதிக்கக்கூடாது என்றால் இந்த சமூகம், அரசு என்று எல்லோருக்கும் அதிலே பொறுப்பிருக்கிறது.

ஒரு நாட்டில் எந்த அளவுக்கு மலைகள் இருக்கின்றன, எந்த அளவுக்குப் பள்ளத்தாக்குகள் இருக்கின்றன, எத்தனை அருவிகள் இருக்கின்றன, எத்தனை விதமான வயல்கள் இருக்கின்றன என்பதையெல்லாம் வைத்து ஒரு நாடு மேன்மையுடையதா இல்லையா என்பதை முடிவு செய்ய முடியாது. மக்கள் எப்படி இருக்கிறார்கள் என்பதை வைத்துத்தான் முடிவு செய்ய முடியும் என்று அவ்வையினுடைய புறநானூற்றுப் பாடல் சொல்கிறது.

பசி என்பது இயல்பாக வரக்கூடிய வரவேண்டிய ஒரு உணர்வு. பசி இல்லையென்றால் நாம் மகிழ்ச்சியாக இருக்க முடியாது. நீங்கள் எண்ணிப்பார்க்கலாம். பசியே இல்லை, உறக்கமே இல்லை என்றால் நாம் மருத்துவரிடத்திலேதான் ஓடுகிறோம். எனவே பசி வேண்டும், அந்தப் பசி தங்கிவிடக்கூடாது. பசி நம்மை அழித்து விடக்கூடாது. பசி நம்முடைய குணநலன்களை போக்கிவிடக்கூடாது. எனவே பசி வேண்டும். பசியைப்போக்க உணவும் வேண்டும். இதுதான் ஒரு சமூகத்தினுடைய நிலைமையாக இருக்கவேண்டும். அப்படி யில்லை என்றால் இந்தச் சமூகம் அநாகரிகமான சமூகமாக ஆகிவிடும் என்பதைத்தான் இந்த நல்வழியினுடைய பாட்டு நமக்குக் கூறுகிறது. ◻

அறிவியல் பார்வை

அறிவியல் என்பது இல்லாத ஒன்றைக் கண்டறிவது அன்று. ஏற்கனவே உலகத்திலே இருந்திருக்கிற, இதுவரைக் கண்டறியப்படாத ஒன்றைக் கண்டறிந்து சொல்வதுதான் அறிவியல் அறிவு.

எல்லோரும் அறிவியல் அறிஞர்கள் ஆகி விட முடியாது. அதற்காகத் தனியாகப் படிப்புகள் இருக்கின்றன. எனவே அறிவியல் அறிவு எல்லோருக்கும் வந்து விடாது. ஆனால் அறிவியல் பார்வை எல்லோருக்கும் வர முடியும், வரவேண்டும். எந்தத் தொழிலில் இருந்தாலும், கலைஞர்களாக இருக்கலாம், வணிகர்களாக இருக்கலாம் - யாராக இருந்தாலும் அறிவியல் பார்வை உடையவர்களாக நாம் இருக்க வேண்டும். இப்போது அறிவியல் அறிவு என்பதென்ன, அறிவியல் பார்வை என்பதென்ன என்பதை நாம் விளங்கிக் கொள்ளவேண்டும்.

நாம் பல நேரங்களிலே என்ன நினைக்கிறோம் என்றால் சோதனை செய்வதுதான் அறிவியல் என்று கருதுகிறோம். சோதனை என்பது அறிவியலினுடைய ஒரு பகுதி ஆனால் அது மட்டுமே அறிவியல் அன்று. அறிவியல் என்பது இரண்டு கோணங்களிலே அமைந்திருக்கின்றது. ஒன்று இயற்கையை அறிவது, இன்னொன்று இயற்கையைப் பயன்படுத்திக் கொள்வது. அறிவியல் என்பது இல்லாத ஒன்றை

உருவாக்குவது என்கிற பொருளிலே அன்று. இந்த உலகத்தை யாரும் உருவாக்க முடியாது. ஏற்கனவே நாம் அறியாமல் இருக்கிற ஒன்றைக் கண்டுபிடிப்பது தான் அறிவியல். மின்சாரம் இந்த உலகத்திலே இருந்திருக்கிறது. அணு இந்த உலகத்திலே இருந்திருக்கிறது. இருந்திருக்கிற, இதுவரை கண்டறியப்படாத ஒன்றைக் கண்டறிந்து சொல்வதுதான் அறிவியல் அறிவு. பிறகு அதனை நம்முடைய வாழ்க்கைக்கு ஏற்ற வகையிலே எப்படிப் பயன்படுத்திக் கொள்வது என்னும் இவைதான் அறிவியலினுடைய இரண்டு நோக்கங்கள், அதைத்தான் அறிவியல் அறிஞர்கள் தொடர்ந்து செய்து கொண்டிருக்கிறார்கள்.

அறிவியல் பார்வை என்பது எந்த ஒரு நிகழ்ச்சிக்கும் உரிய காரிய காரணங்களைத் தேடுவது, அவ்வளவுதான். அறிவியல் பார்வை என்பது ஒன்றைப் புதிதாகக் கண்டறிவது அல்ல. ஒரு மாணவன் தேர்விலே வெற்றி பெறவில்லை என்று சொன்னால், மிகக் குறைவான மதிப்பெண்களைப் பெற்றிருக்கிறான் என்று சொன்னால், ஏன் குறைவாக மதிப்பெண் பெறுகிறான், எப்படி அவனை அந்த நிலையிலே இருந்து மேலே கொண்டு வரலாம் என்பதுதான் அறிவியல் பார்வை.

ஒரு மாணவன் குறைந்த மதிப்பெண் எடுத்திருக்கிறான் என்றால் உடனே கம்பெடுத்துக் கொண்டு அடிப்பது அவனைத் திருத்துவது ஆகாது. அப்படி அடிப்பதினாலே மேலும் அவன் கீழே போவதற்குக்கூட வாய்ப்பிருக்கிறது. நமக்கு அந்தக் கேள்விகள் வரவேண்டும். ஒன்று அந்த மாணவனுக்குப் பாடம் புரியவில்லை அல்லது அந்த மாணவனுக்குச் சொல்லிக் கொடுக்கிற ஆசிரியரால் பாடத்தைப் புரியவைக்க முடியவில்லை. இரண்டும் சரியாக இருந்தாலும்கூட அவனுடைய குடும்பச் சூழல் சரியாக இல்லை. எங்கேயோ ஒரு பிழை இருக்கிறது. ஏதோ ஒரு பிழைதான் அவனைக் கீழே பிடித்து இழுக்கிறது.

"நோய்நாடி நோய் முதல்நாடி"

என்று சொல்வதைப்போல. மருத்துவரிடத்திலே போனால் நோய்க்கு மருந்து கொடுப்பதற்கு முன்னால் அந்த நோய் என்ன எங்கே இருந்து வருகிறது எதனாலே வருகிறது என்று புரிந்து கொள்ளுகிற அந்தப் பழக்கம் இருக்கிறது. அவன் தேர்விலே

மதிப்பெண் குறைவாகப் பெற்றதும் ஒருநோய்தான். ஒருவன் விளையாட்டிலே தோற்றுப்போகிறான் என்றால் அவன் எதனாலே தோற்றுப்போகிறான், அதன் அடிப்படைக் காரணம் என்ன என்று ஒவ்வொன்றையும் ஒரு அறிவியல் பார்வையோடு பார்க்கிற போதுதான் அதற்கான தீர்வுகளையும் நம்மாலே சரியாகத் தர முடியும், அதுதான் அறிவியல் பார்வை.

இந்த அறிவியல் பார்வை நமக்கு வந்து விடுமானால், இங்கு இருக்கிற பல குழப்பங்கள் தீர்ந்துபோய்விடும். அது மட்டுமல்லாமல் அறிவியல் பார்வை இருக்குமானால் மூட நம்பிக்கைகள் நம்மிடத்திலே இருந்து விலகிப்போய்விடும். ஒரு செயல் ஒரு காலத்திலே பொருத்தமாக இருந்திருக்கலாம். ஆனால் இன்றைக்கு காலம் மாறியிருக்கிறது. அது பொருத்தமில்லை அல்லது அதை அன்றைக்கு அவர்கள் அறியாதிருந்திருக்கலாம். இன்றைக்கு நாம் அறிந்ததற்குப் பிறகு செய்யவேண்டியதில்லை. இருட்டிலே விளக்கேற்றலாம், வெளிச்சத்திலே விளக்கேற்ற வேண்டுமா? ஆகையினாலே அன்றைக்கு அறியாமை இருக்கிறபோது அது இருந்திருக்கலாம்! இன்றைக்கு அறிவியல் வெளிச்சம் வந்ததற்குப் பிறகு அது தேவையில்லை என்று புரிந்து கொள்ளுகிற அந்தப் பார்வை இருக்கிறதே அதுதான் அறிவியல் பார்வை.

எனவே அறிவியல் அறிவு என்பது நுட்பமானது. அறிவியல் பார்வை என்பது பரந்துபட்டது. அறிவியல் அறிவு என்பது விஞ்ஞான சோதனைக் கூடங்களுக்கு உரியது. அறிவியல் பார்வை என்பது இயல்பான நடைமுறை வாழ்க்கைக்கு உரியது. நாம் ஒவ்வொருவரும் அறிவியல் அறிஞர்களாக ஆக வேண்டும் என்று சொல்ல முடியாது. அப்படி ஆவதற்குச் சாத்தியமும் இல்லை. ஆனால் நாம் அனைவரும் அன்றாட வாழ்வில் அறிவியல் பார்வை உடையவர்களாக இருக்கவேண்டும், இருக்க முடியும். ▢

சிற்றின்பமும் பேரின்பமும்

திருக்குறளை நாம் நீதிநூல் என்று சொல்லிக் கொண்டிருக்கிறோம். அது பொருத்தமான சொல் அன்று. அது வெறும் நீதி நூல் இல்லை. அது வாழ்வியல் நூல், சமுதாய நூல் என்றுதான் சொல்லப்பட வேண்டும்.

இன்பம் என்றால் என்ன என்று கேட்டால் மிகச் சுருக்கமாக ஒரு விடையைப் பலரும் சொல்லி விடுகிறார்கள். இன்பம் இரண்டு வகை. ஒன்று சிற்றின்பம், இன்னொன்று பேரின்பம். அப்படி யெல்லாம் இன்பத்தை இரண்டு கூண்டுகளுக்குள் அடைத்து விட முடியாது. திருக்குறளைப் புரட்டினால் இன்னும் பல்வேறு வகையான இன்பங்களை அவர் குறிப்பிடுகிறார். ஈத்துவக்கும் இன்பம் என்கிறார். மற்றவனுக்குக் கொடுத்து அதிலே அவன் அடைகிற மகிழ்ச்சியைப் பார்த்து நாம் பெறுகிற இன்பம் இருக்கிறது பாருங்கள் அதுதான் பெரிய இன்பம் என்று சொல்கிறார். இதை நாம் சிற்றினபம் என்றும் சொல்ல முடியாது. பேரின்பம் என்றும் சொல்ல முடியாது. நாம் வைத்திருக்கிற அளவுகோலெல்லாம் ஆணும் பெண்ணும் கலக்கிற இன்பம் சிற்றின்பம். ஒரு மனிதன் கடவுளோடுபோய்க் கலக்கிற இன்பம் பேரின்பம் என்ற இரண்டுதான்.

வள்ளுவர் ஏராளமான இன்பங்களைக் குறிப்பிடுகிறார். இன்பத்துள் இன்பம் என்கிறார். இருள் நீக்கும் இன்பம் என்கிறார். இடையறா இன்பம் என்கிறார். இப்படிப் பல தொடர்களை

அவர் பயன்படுத்துகிறார். குறிப்பாக ஈத்துவக்கும் இன்பம் என்னும் ஓர் அருமையான தொடரை அவர் தருகிறார். இவை எல்லாவற்றையும் தாண்டி, நுட்பமாகப் பார்த்தால் சிற்றின்பம் என்பதற்கும் பேரின்பம் என்பதற்கும் நாம் சொல்கிற அந்த வரையறைகளை வள்ளுவர் உடைத்திருக்கிறார். விளக்கங்களெல்லாம் இல்லாமல் புரிந்து கொள்கிறவர்கள் புரிந்து கொள்ளட்டும் என்கிற அளவிலே மிக நுட்பமாக மாற்றுக்கருத்தினை வள்ளுவர் வைத்திருக்கிறார்.

பாலியல் உணர்வினால் ஆணுக்கும் பெண்ணுக்கும் ஏற்படுகிற இன்பத்தைத்தான் சிற்றின்பம் என்று நாம் குறித்துக் கொண்டிருக்கிறோம். வேண்டும் என்றே வள்ளுவர் என்ன செய்கிறார் என்றால் சிற்றின்பம் என்கிற சொல்லை ஒரே ஒரு இடத்திலே குறட்பாவிலே கையாளுகிறார். ஆனால் இந்தப் பொருளிலே அதைக் கையாளவில்லை. வெஃகாமை என்கிற அதிகாரத்தில், அதாவது பிறன் பொருளைக் கவர்ந்து கொள்ள வேண்டும் என்கிற விருப்பம் இல்லாமை என்று சொல்கிற அதிகாரத்திலே சிற்றின்பம் என்ற சொல்லை வைத்து, அப்படி ஆசைப்படுவதுதான் சிற்றின்பம் என்கிறார்.

"சிற்றின்பம் வெஃகி அறனல்ல செய்யாரே
மற்றின்பம் வேண்டு பவர்"
என்பது குறள்.

சுப. வீரபாண்டியன்

இந்தக் குறளில் சிற்றின்பம் என்கிற சொல்லை வள்ளுவர் எதற்குப் பயன்படுத்துகிறார் என்றால் பிறன் பொருளை வஞ்சனை யால் கவர்ந்து கொள்ளவேண்டும் என்று விரும்புவது சிற்றின்பம் என்கிறார். இதுவரை அந்தச் சொல்லுக்குச் சொல்லப்பட்ட விளக்கத்தை உடைத்து வேறு ஒருபொருளை வள்ளுவர் தருகிறார்.

பிறகு காமத்துப்பாலுக்குப் போனால் அங்கும் ஒரு குறள் இருக்கிறது. அங்கே எதை நாம் சிற்றின்பம் என்று சொல்லு கிறோமோ, அது பேரின்பத்தைவிடப் பெரியது என்று இன்னொரு கருத்தை வைக்கிறார்.

"தாம் வீழ்வார் மென்தோள் துயிலின் இனிதுகொல்
தாமரைக் கண்ணான் உலகு" என்று கேட்கிறார்.

தாம் யாரைக் காதலிக்கிறோமோ, விரும்புகிறோமோ (தாம் வீழ்வார் என்றால் விரும்புவார் என்று பொருள்) அந்தக் காதலன் அல்லது காதலியின் தோளில் சாய்ந்து நாம் பெறுகிற இன்பம் இருக்கிறதே அதைக்காட்டிலும் தாமரைக்கண்ணான் உலகு என்று நீங்கள் சொல்லும் வேறொரு உலகு இனிதானதா? கிடையாது... இதுதான் இனிமையானது என்கிறார். இது மிகவும் மாறுதலான ஒரு குறள். காலங்காலமாக சொல்லப்பட்டிருக்கிற ஒரு கருத்தை உடைத்து இன்னொன்றைச் சொல்வது என்பது மிகப்பெரிய அறிஞர்களாலும், ஞானிகளாலும் தான் முடியும். வள்ளுவர் அதைச் செய்கிறார். ஒரு பக்கத்திலே பார்த்தால் நாம் எதைச் சிற்றின்பம் என்று சொல்லுகிறோமோ அதைக் குறிப்பிடாமல் அந்தச் சொல்லையே பயன்படுத்தி அதை வேறு பொருளிலே ஆக்குகிறார். இந்தப்பக்கத்திலே பேரின்பம்தான் மிகப் பெரியது என்று சொல்வதைத் தாண்டி... இல்லை இல்லை உங்கள் கடவுள் உலகத்தைக் காட்டிலும், உங்கள் தேவன் உலகத்தைக் காட்டிலும் காதல் உலகம்தான் பெரியது... இனிமையானது என்கிறார். எனது காதலி தோளில் சாய்ந்து கொண்டிருக்கிறபோது பெறும் இன்பத்தைக் காட்டிலுமா உன் தேவன் உலகத்தில் இன்பத்தைப் பெற்று விட முடியும் என்று கேட்கிறார். இது ஒரு கலகக் குரலாக இருக்கிறது.

வள்ளுவரினுடைய குரல் பல குறட்பாக்களிலே இப்படிக் கலகக் குரலாகத்தான் ஒலித்திருக்கின்றது. இதை நாம் வெறும்

இலக்கியமாக, அல்லது சொற்களை அங்குமிங்குமாக மாற்றி வைத்திருப்பதாகக் கருதக்கூடாது. இதற்குள்ளே ஒரு ஆழ்ந்த அரசியல் இருக்கிறது. தமிழர்களுடைய பண்பாட்டு அரசியலைத் தான் இந்தக் குறள் விளக்குகிறது. அது என்ன பண்பாட்டு அரசியல், என்றால் இல்லறம் என்பதை, காதல் என்பதை தமிழர்களின் பண்பாடு எப்போதும் ஏற்றுக்கொள்கிறது. அகம் என்பது நம்முடைய இலக்கியத்தினுடைய, நம்முடைய வாழ்வினுடைய மிகப்பெரிய பிரிவு என்று சொல்லவேண்டும். ஆகையினாலே அந்த அகத்தை, அந்தக் காதலை, அந்தக் காமத்தை, சிற்றின்பம் என்று புறக்கணிப்பதை வள்ளுவர் ஏற்றுக்கொள்ளவில்லை என்பதுதான் இந்தக் குறட்பா நமக்குத் தருகிற செய்தி. அது மட்டுமல்லாமல், பொதுவாகத் திருக்குறளை நாம் நீதிநூல் என்று சொல்லிக் கொண்டிருக்கிறோம். அதுகூடப் பொருத்தமான சொல் அன்று. அது வெறும் நீதி நூல் இல்லை. அது வாழ்வியல் நூல், சமுதாய நூல் என்றுதான் சொல்லப்பட வேண்டும். ஏனென்றால் நீதிநூல் என்று சொல்லுகிற அந்த சொல்லிலேயே ஒரு வறட்டுத் தன்மை இருக்கிறது. நீதி நூல் என்றால் எப்போதும் அறிவுரை சொல்லிக் கொண்டிருப்பது. அப்படி அறிவுரை சொல்லிக் கொண்டிருக்கிற ஒரு இலக்கியமாகத் திருக்குறள் இருக்குமானால் காமத்துப்பால் என்கிற ஒரு பிரிவே தேவைப்படாது. எனவே முப்பால் என்று நாம் சொன்னால் அந்த மூன்றாவது பால் இருக்கிறதே, காமத்துப்பால் அது அரிய, அழகிய பண்புகளைச் சொல்கிறது. ஆகையினாலே வள்ளுவரைப் பொருத்தளவு அது ஒரு நீதிநூலாக மட்டுமின்றி, வாழ்வியல் நூலாக ஒரு சமூக நூலாக இருக்கிற காரணத் தினாலேதான் நீதியின் பெயரால் சொல்லப்பட்ட சில மரபார்ந்த கருத்துக்களைக்கூட நுட்பமாக மறுக்கிறது,

□

பொங்கல் விழா

அடுத்தவன் சாவைக் கொண்டாடுகிற பழக்கம் எப்போதும் பண்புடைய சமூகத்துக்கு உரியதாக இருக்க முடியாது. கெட்டவன் திருந்துவதுதான் கொண்டாட்டமே தவிர அழிவது வருத்தத்துக்குரியதுதான். அவன் கெட்டவனா நல்லவனா என்பது வேறு. கெட்டவனாகவே இருந்தாலும் ஒருவன் அழிந்துபோவது என்பது வருத்தத்துக்குரியது தான்.

ஆண்டுதோறும் நமக்குப் பல்வேறு விதமான விழாக்கள் வருகின்றன. அவற்றுள் ஒன்று என்றல்ல, நமக்குச் சிறந்தது என்று நாம் பொங்கல் விழாவைப் பார்க்கிறோம்.

பழந்தமிழர்களுடைய வாழ்விலே, பழைய இலக்கியங்களிலே நாம் பார்க்கிறபோது, இந்திர விழா என்று ஒரு விழா கொண்டாடப் பட்டிருக்கிறது. அதுகோடையை வரவேற்கிற விழா. பிறகு புதுவெள்ளம் ஓடி வருகிற ஆடிப் பதினெட்டு. அது மாரிக் காலத்தை மழைக்காலத்தை வரவேற்கிற விழா. பிறகு கார்த்திகை என்று ஒரு விழா இருந்திருக்கிறது, அது பனிக்காலத்தை வரவேற்கிற விழா. ஆக பருவ மாற்றங்களைத் தமிழர்கள் வரவேற்றிருக் கிறார்கள். அது கோடையாக இருந்தாலும்சரி, குளிராக இருந்தாலும் சரி, வசந்தமாக இருந்தாலும் சரி. வெறும் வசந்தத்தை மட்டும்தான் நாங்கள் வரவேற்போம் என்பதில்லை. வாழ்க்கை என்றால் வசந்தமும் இருக்கும்.

கோடையும் இருக்கும். ஒரு காடு என்று சொன்னால் குயில்கள் மட்டும்தான் பாடும் என்று சொல்ல முடியாது, காக்கையும் சேர்ந்துதான் காடுகள் நிறையும். ஆகையினாலே எல்லா பருவ மாற்றங்களையும் வரவேற்கிற ஒரு பக்குவம் நம் தமிழ் மக்களுக்கு இருந்திருக்கிறது.

எல்லா விழாக்களிலும் தலை சிறந்த விழாவாக, தொடக்க விழாவாக, புத்தாண்டின் விழாவாக இருக்கிற பொங்கல் விழாதான் தமிழ் மக்களுக்கு உரியதாக இருந்திருக்கிறது.

பொங்கல் விழா என்பது மண்ணை, ஒளியை, உழைப்பை வணங்குகிற விழா என்று நாம் சொல்லலாம். உணவை நமக்கு உருவாக்கிக் கொடுத்திருக்கிற, விளைத்துக் கொடுத்திருக்கிற இந்த நிலத்தை நாம் பாராட்டுவது, விளைச்சலுக்குக் காரணமாயிருந்த உழைப்பை, உழவர் பெருமக்களைப் பாராட்டுவது என்பதுதான் பொங்கலினுடைய அடிப்படை. பிறகு எப்படியோ பல்வேறு விதமான விழாக்கள் வந்து சேர்ந்திருக்கின்றன. மண்ணை வணங்குவது நம்முடைய பழைய மரபு. நெருப்பை வணங்குவது பின்னாலே வந்த இன்னொரு மரபு. நாம் நெருப்பை வணங்கியவர்கள் அல்லர். சிந்து சமவெளி நாகரிகத்திலே இருந்து பழைய ஆதாரங்களையெல்லாம் எடுத்து வைத்துப் பார்த்தால்

மண்ணைத்தான் தமிழ் மக்கள் வணங்கி இருக்கிறார்கள். எப்போதும் ஆக்கம்தான் மகிழ்ச்சிக்குரியது. அழிவு மகிழ்ச்சிக் குரியது அன்று. எதிரியாகவே இருந்தாலும்கூட அழிந்துபோவது என்பது மகிழ்ச்சிக்குரியதன்று. பின்னால் அப்படியும் பல விழாக்களை நாம் மேற்கொண்டோம்.

ஒருவரை அழித்து விட்டோம் என்று சொல்லியே அதைக் கொண்டாடுகிற மனப்பான்மை எப்படியோ நமக்கு வந்து சேர்ந்தது. அடுத்தவன் சாவைக் கொண்டாடுகிற பழக்கம் எப்போதும் ஒரு பண்புடைய சமூகத்துக்கு உரியதாக இருக்க முடியாது. கெட்டவன் திருந்துவதுதான் கொண்டாட்டமே தவிர அழிவது வருத்தத்துக்குரியதுதான். அவன் கெட்டவனா நல்லவனா என்பது வேறு. கெட்டவனாகவே இருந்தாலும் ஒருவன் அழிந்துபோவது என்பது வருத்தத்துக்குரியதுதான். அவன் மாற்றம் பெறுவது, நல்லவனாக மாறுவது என்பதுதான் வரவேற்கத்தக்கது.

இரண்டு இனத்திற்கு இடையிலே நடந்த போராட்டத்தில் ஒரு இனம் இன்னொரு இனத்தை வெல்லும். அப்படி வெல்லுகிறபோது, தோற்றுப்போனவனைக் கெட்டவன் என்று சொல்லி, நமக்குப் பகைவன் என்று சொல்லி அந்த இடத்திலே கொண்டாட்டம் நடத்துகிற ஒரு பழக்கம் உண்டு. அது அரசியல். அப்படி அல்லாமல் நாம் பொங்கல் எப்படி என்பதை ஆராய்ந்து பார்த்தால் அது நம்முடைய உழைப்புக்குப் பயன் தந்திருக்கிற நாள். இயற்கையைப் போற்றும் பண்புதான் அந்த விழா. இயற்கையை போற்றுவது ஏனென்றால் நாம்கூட இயற்கையினுடைய ஒரு அங்கம்தான். இயற்கையினுடைய பிரிக்க முடியாத பகுதிதான். நம் பிள்ளைகளிடம்கூட இயற்கைக் காட்சி ஒன்று வரையுங்கள் என்றால் ஒரு மலையை, அருவிகளை வரைவார்கள். ஆனால் ஒரு மனிதனை வரைவதில்லை. இயல்பாகப் பார்த்தால் மனிதனும் இயற்கை யினுடைய படைப்புதான். நாம் மட்டும் செய்யப்பட்ட செயற்கைகளாயென்ன? எல்லோரும் இயற்கைதான்.

பொங்கல் நாளில் புதுப்பானை, புது அரிசி என்பது ஒரு புதிய தொடக்கம். அதுதான் நம்முடைய தொடக்க நாள். ஆண்டினுடைய தொடக்கநாள் என்று கருதி நாம் அந்தப் பொங்கலைக் கொண்டாடுகிறோம். பொங்கல் என்பது மகிழ்ச்சி. இந்த பூமி எந்த

ஒன்றை விளைத்துத் தருகிறதோ அன்றைக்கு நம் மனத்திலே ஏற்படுகிற மகிழ்ச்சி. அதுவும் தானாக அல்ல, நம்முடைய உழைப்பினால் அந்த விளைவைப் பெற்றிருக்கிறோம். அதனால்தான் இன்றைக்கும் பொங்கலை நகர மக்கள் உணர்வதைக் காட்டிலும் கிராம மக்கள் கூடுதலாக உணர்ந்திருக்கிறார்கள். பொங்கலின் சிறப்பை அறிய வேண்டுமானால் சிற்றூர்களுக்கு நாம் போகவேண்டும். அங்கேதான் கரும்பும், மாடும் கொண்டாட்டமும் இருக்கும். இந்த நகர்ப்புறத்துக் காங்கிரீட் காடுகளுக்குள் வாழ்ந்து கொண்டிருக்கிற மக்களுக்கு, இயந்திரங்களோடு இயந்திரங்களாகவே மாறிப்போய்விட்ட இந்த நகர வாழ்க்கைக்குப் பொங்கல் கொஞ்சம் அந்நியமாக ஆகி விட்டது. எனவே பொங்கல் என்பது நாம் எல்லோரும் இணைந்து, மகிழ்ந்து, போற்றி நடத்தவேண்டிய, கொண்டாடவேண்டிய ஒரு விழா.

சுப. வீரபாண்டியன்

ஈழம் தரும் வலி

***வா**னொலி அவர்களுக்கு எதற்குப் பயன்படு கிறது என்றால் பாட்டு கேட்பதற்காக அல்ல, பிறந்தநாள் வாழ்த்துக் கேட்பதற்காக அல்ல. அங்கே இறந்து போனவர்களுடைய பட்டி யலை கேட்பதற்காகத் தான்.*

கவிஞர் அறிவுமதியின் கவிதைகள் ஏற்படுத்திய பெரிய வலி இன்னமும் நெஞ்சத்தில் மிச்சமிருக் கிறது. ராமேசுவரத்தில் அகதிகளாக வந்து இறங்கிய நம் தமிழர்களுடைய வலியைத் தன் வலியாய் சமூக வலியாய் அந்தக் கவிதைகள் வெளிப்படுத்து கின்றன.

நாம் பள்ளிக்கூடத்திலே படித்திருக்கிறோம், நகர வாழ்க்கை, கிராம வாழ்க்கை. இனிமேல் சொல்லிக் கொடுக்க வேண்டும் அகதி வாழ்க்கை. அகதி வாழ்க்கையாகவும் தமிழர்களுடைய வாழ்க்கை இருக்கிறது. அகதிகளாகத் தமிழர்கள் மட்டும்தான் இருக்கிறார்கள் என்று சொல்ல முடியாது, உலகம் முழுவதும் அகதிகள் இருக்கிறார்கள். எக்சோடஸ் (Exodus) என்று ஒரு நாவல். பாலஸ்தீனத்தின் மீது நடத்தப்பட்ட தாக்குதலின்போது கூட்டம் கூட்டமாகக் குடி பெயர்ந்த அந்த மக்களினுடைய வாழ்க்கைச் சோகம், வலி அந்த நாவலில் பதிந்து கிடக்கிறது.

கடந்த ஐம்பது ஆண்டுகளுக்கும் மேலாகத் திபெத்திலிருந்து வந்த அகதிகள் நம்முடைய இந்தியாவிலேதான் தங்கியிருக்கிறார்கள். பங்களாதேசிலிருந்து வந்த அகதிகள் மேற்கு

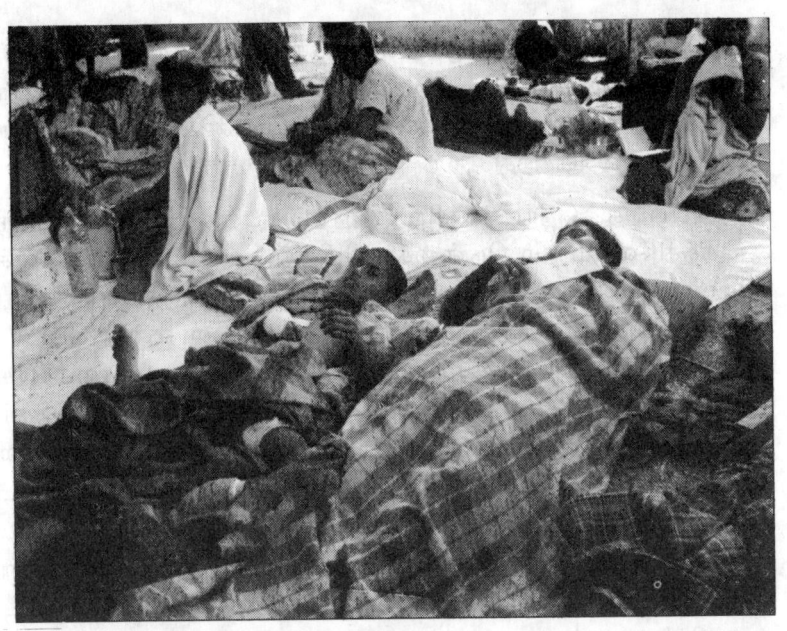

வங்கத்திலே தங்கியிருந்தார்கள். ஆனால் என்னவோ அந்த அகதிகளுக்கும் ராமேசுவரத்தில் தங்கியிருக்கும் தமிழ் அகதிகளுக்குமிடையே ஒரு மிகப்பெரிய வேறுபாடு இருப்பதாகத்தான் தோன்றுகிறது. வேறுபாடு அகதிகளுக்கிடையே இல்லை. வேறுபாடுகள் அகதிகள் நடத்தப்படுகிற முறையிலே இருக்கிறது. அதுதான் வலி. அந்த வலியைத்தான் கவிஞர் அறிவுமதி தன்னுடைய நூல் முழுவதும் மிகச் சின்னச்சின்னச் சிற்பங்களாகச் செதுக்கி இருக்கிறார். முதல் கவிதை இரண்டாவது கவிதைக்கு போகவிடாமல் நம்மைத் தடுக்கிறது. தோள் கண்டார் தோளே கண்டார் என்று கம்பன் அழகு பற்றிச்சொல்வான், இங்கே நான் வலி பற்றிச் சொல்கிறேன்.

மீனை அரிந்தபோது கிடைத்தது குழந்தையின் கண் என்பது முதல் கவிதை. மீனை வாங்கிக் குழம்பு வைப்பதற்காக அரிந்தபோது உள்ளே இருந்தது ஒரு குழந்தையின் கண். அது ராமேசுவரத்தில் பிடித்த மீன். ஈழத்திலே இருந்து வந்த தமிழர்கள் கடலிலே தவறி விழுந்தபோது, குழந்தை ஒன்றை அந்த மீன் சாப்பிட்டிருக்க வேண்டும். அந்த மீனினுடைய வயிற்றுக்குள் இன்னமும் குழந்தையினுடைய கண் இருக்கிறது என்று

சொன்னதற்குப் பிறகு அடுத்த கவிதைக்குப் போகமுடியவில்லை. மீன்குழம்பையும் நம்மால் சுவைக்க முடியவில்லை. எந்த மீனுக்குள் குழந்தையின் கண் இருக்குமோ, எந்தத் தமிழரின் உடல் இருக்குமோ என்று பதற வைக்கிறது.

அப்படித் தொடங்குகிற அந்தப் புத்தகம் ஒவ்வொரு பக்கத்திலேயும் நம் நெஞ்சைக் கிழித்துப் பல உண்மைகளைச் சொல்கிறது. அந்தக் கவிதையின் இன்னொரு பகுதி சொல்கிறது நேற்றைக்கு வரைக்கும் இவற்றுக்குச் சேலை என்று பெயர். இன்றைக்கு அவற்றுக்குச் சுவர் என்று பெயர். எது சேலையாக இருந்ததோ அதுதான் இன்றைக்குச் சுவராக இருக்கிறது. அந்தக் கவிதையிலே ஈழ மக்கள் நம்மைப் பார்த்துக் கேட்பதுபோல சில கவிதைகள் இருக்கின்றன. அந்தக் கேள்விகளுக்கு நம்மால் விடை சொல்ல முடியவில்லை. அவர்கள் கேட்கிறார்கள், எறும்புக்குக்கூட கோலம் போட்டவர்கள் எங்களைப் பட்டினி போடலாமா என்று கேட்கிறார்கள். தமிழனுடைய பழைய மரபு கோலம் போடுவதுகூட அழகிற்காக அல்ல, அந்த எறும்புகளுக்காக. பல்வேறு உயிரினங்கள் வாழ வேண்டும் என்பதுதான் அந்த மாவிலே கோலம் போடுகிற பழைய தமிழ்ப்பண்பாடு. எறும்புக்குக்கூட கோலம் போட்டீர்களே, எங்களைப் பட்டினி போடலாமா என்று அவர்கள் கேட்கிற கேள்வி நம் நெஞ்சை வேக வைக்கிறது. அவர்கள் யார் என்பதையும் மிகச் சுருக்கமாக அறிவுமதி சொல்வார், படகுகளை விற்றுப் படகுகளிலே ஏறியவர்கள். படகிலே ஏறித்தான் வந்தார்கள், அப்படிப்படகிலே ஏறுவதற்கு அவர்கள் என்ன செய்தார்கள் என்றால் படகுகளை விற்றுப் படகிலே வந்தார்கள். இது ஒரு அற்புதமான முரண்.

இந்த வலி பற்றி வேதனை பற்றிப் பேசுகிறபோது, நான் இலக்கிய அழகு பற்றிச் சொல்லக்கூடாது. ஆனாலுங்கூட என்னை மீறி அதை நான் சொல்லவேண்டி இருக்கிறது. கவிஞர் நா.காமராசன் ஒரு கவிதையிலே எழுதுவார், விலை மகள் என்கிற பாலியல் தொழிலாளியைப் பற்றிச் சொல்கிறபோது அவர் எழுதுவார், இவர்கள் நிர்வாணத்தை விற்று ஆடை வாங்கினார்கள் என்று. அவர்கள் ஆடை வாங்குவதற்காகத்தான் தங்களுடைய நிர்வாணத்தை விற்க நேர்ந்தது என்று சொல்வதுபோல, படகு விற்று படகிலே ஏறியவர்கள் என்று அறிவுமதி சொல்வார். அப்படி

அங்கே இருந்து வந்தவர்கள், ஒவ்வொரு நாளும் படுகிற துன்பம் அளவில்லாதது. அந்தச் செய்திகளை அவர் சொல்வார் இலங்கை வானொலியிலே நீங்கள் பிறந்த நாள் வாழ்த்துக்களைக் கேட்கிறீர்கள்... நாங்கள் இறந்து போனவர்களின் அறிவிப்புகளைக் கேட்கிறோம் என்பார். அந்த வானொலி அவர்களுக்கு எதற்குப் பயன்படுகிறது என்றால் பாட்டு கேட்பதற்காக, பிறந்தநாள் வாழ்த்துக் கேட்பதற்காக அல்ல. அங்கே இறந்து போனவர்களுடைய பட்டியலைக் கேட்பதற்காகத்தான், இப்போதும் கேட்கிறது கொஞ்ச நேரத்திற்கு முன்னால் இறந்துபோன அப்பாவிற்காக அழுகிற அழுகுரல்கள் எங்கள் கைத் தொலைபேசியில் என்று. கைத்தொலை பேசியினுடைய பயன்பாடு அங்கே இறந்துபோன அப்பாவுக்காக... அழுதுகொண்டிருக்கிற பிள்ளைகள் தங்கள் சொந்த சகோதரர்களுடைய அழுகுரலைக் கேட்பதற்காகத் தான் பயன்படுகிறது என்று அவர் சொல்கிறார்.

ஓர் அகதி வாழ்க்கையை இப்படிச் சின்னச்சின்ன கவிதைகளால் படம்பிடித்துக் காட்டுகிற அந்தப் புத்தகம் வெறும் உணர்ச்சி களினுடைய வெளிப்பாடல்ல. வெறும் கவிதைகளினுடைய இலக்கிய அழகல்ல. ஒரு சமூகப்பார்வையுடைய ஒரு கவிஞனு டைய அக்கறை என்று அய்யா நல்லக்கண்ணு அவர்கள் சொல்வதைப்போல அந்தப் புத்தகம் முழுவதும் ஒரு சமூக அக்கறையுள்ள, ஒரு மனித நேயமுள்ள, ஒரு தமிழ் இன உணர்வுள்ள, ஒரு கவிஞனுடைய அழகான பதிவுகளாக வலி மிகுந்த பதிவுகளாக அந்தப் புத்தகம் இருக்கிறது.

◻

சமரசம் சரியானதா?

காலம் மாறிக்கொண்டே இருக்கிறது, கருத்துகள் மாறிக் கொண்டே இருக்கின்றன. எனவே நாம் மட்டும் எதற்கும் மாறாமல் இருக்க முடியாது. ஆனால் மாற்றத்துக்கு நியாயமான காரணம் வேண்டும். மாற்றத்தினால் விளைகின்றவைகள் நன்மைகளாக இருக்க வேண்டும், பொது நன்மைகளாக இருக்க வேண்டும் என்கிற இரண்டையும் நாம் கணக்கிலே கொள்ளவேண்டும்.

சமரசமே செய்து கொள்ளமாட்டேன் என்று கடைசி வரையிலே பிடிவாதமாக இருக்கிறவர்களை, இருந்தவர்களை இந்த உலகம் பார்த்திருக்கிறது.

விட்டுக்கொடுத்து, வளைந்து கொடுத்து நாணலாய் நின்றவர்களையும் இந்த உலகம் பார்த்திருக்கிறது. எது சரி என்பது மிகப்பெரிய கேள்வி. இந்த சமரசம் என்பதை ஏற்றுக் கொள்ளலாமா, கூடாதா என்பதற்கான ஒரு சின்னச் சோதனை இருக்கிறது. எதற்காகச் சமரசம் செய்து கொள்கிறோம் என்கிற ஒரு கேள்வியை வைத்தால் அதற்கு என்ன விடை கிடைக்கிறது என்பதைப் பொறுத்து ஒரு முடிவுக்கு வந்து விடலாம். நாம் விட்டுக் கொடுப்பதினுடைய நோக்கம் என்ன? அச்சத்தின் காரணமாக விட்டுக் கொடுக்கிறோமா? தன்னலத்தின் காரணமாக விட்டுக் கொடுக்கிறோமா? அல்லது ஒரு பொது நன்மையின் காரணமாக விட்டுக்கொடுக்கிறோமா? என்கிற கேள்விகளை முன் வைத்தால் கிடைக்கும் அந்த

விடை தான் நமக்கான தீர்வு. தன்னலத்திற்காக விட்டுக் கொடுப்பது தளர்ச்சிதான். போராடுகிற சக்தி இல்லாமல், போராடினால் நாம் தோற்று விடுவோமோ அல்லது எதிர்காலத்திலே பல நன்மைகளை நாமும் நம் குடும்பத்தைச் சார்ந்தவர்களும் இழந்து விடுவோமோ என்கிற அச்சத்தில் ஒரு கொள்கையை அல்லது குணத்தை மாற்றிக் கொள்வது என்பது கூடாத சமரசம்.

ஆனால் விட்டுக் கொடுப்பதால் பல நன்மைகள் இருக்கின்றன. விட்டுக் கொடுத்துப்போவதால் இன்னும் பொது நன்மைகளை நம்மால் உருவாக்க முடியும் என்கிற காரணத்துக்காகத் தன்னைவிட இந்தச் சமூகம் பெரியது என்கிற கணக்கில், தன்னுடைய குணத்தை மாற்றிக்கொண்டால் அது பெருந்தன்மையின் அடையாளமாக, முதிர்ச்சியின் அடையாளமாக இருக்கிறது.

காலம் மாறிக்கொண்டே இருக்கிறது, கருத்துகள் மாறிக் கொண்டேஇருக்கின்றன. எனவே நாம் மட்டும் எதற்கும் மாறாமல் இருக்க முடியாது. ஆனால் மாற்றத்துக்கு நியாயமான காரணம் வேண்டும். மாற்றத்தினால் விளைகின்றவைகள் நன்மைகளாக இருக்க வேண்டும், பொது நன்மைகளாக இருக்க வேண்டும் என்கிற இரண்டையும் நாம் கணக்கிலே கொள்ளவேண்டும்.

ஒரு பழைய திரைப்படம். பாகப்பிரிவினை என்று பெயர். வெற்றிகரமாக ஓடிய படம் அது. அந்தப் படம் சொன்ன செய்தி வேறொன்றுமில்லை… குடும்பம் ஒற்றுமையாக இருக்க வேண்டும். அண்ணனும் தம்பியும் பாகப் பிரிவினை செய்து கொள்ளக்கூடாது. கூட்டுக் குடும்பம்தான் உலகத்துக்குச் சிறந்தது. மனிதர்கள் என்றைக்கும் ஒன்றுபட்டு நிற்க வேண்டும் என்பதை அந்தப் படம் சொன்னது. அந்தப் படம் நூறு நாட்களைக் கடந்து ஓடியதாக நினைவு.

பிறகு அண்மையிலே சில ஆண்டுகளுக்கு முன்பு இன்னொரு படத்தை நாம் எல்லோரும் பார்த்தோம். இந்தப் படத்துக்கு சம்சாரம் அது மின்சாரம் என்று பெயர். இந்தப் படம் ஒரு செய்தியைச் சொன்னது. சேர்ந்திருப்பது நல்லதுதான், முடியவில்லை என்றால் தனித்தனியாக இருங்கள், அதிலே ஒன்றும் பிழையில்லை. சனி ஞாயிறுகளிலே பார்த்துக் கொள்ளலாம். சிறப்பான நாட்களிலே சந்தித்துக் கொள்ளலாம். சண்டை போட்டுக்கொண்டே ஒன்றாக

இருக்க வேண்டும் என்பதில்லை, பிரிந்து போய் விடுங்கள் எப்போதாவது விடுமுறை நாட்களில் பார்த்துக் கொள்ளலாம் என்று சொல்கிறது. இந்தப் படமும் வெள்ளி விழா அளவிற்கு ஓடியது.

இப்போது ஓர் ஐயம் வருகிறது. எது சரியானது. கூட்டுக் குடும்பத்தை வலியுறுத்திய படத்தையும் மக்கள் ஆதரித்தார்கள். வேண்டாம் கூட்டுக் குடும்பம், தனித்தனியாக இருங்கள் என்று சொல்லிக் கொடுத்த படத்தையும் மக்கள் ஆதரித்தார்கள். அப்படியானால் கூட்டுக்குடும்பம் கூடாது என்கிற முடிவுக்கு இந்தச் சமூகம் வந்து விட்டதா என்று கேட்டால் இங்கே ஒரு சமரசம் இருக்கிறது. இரண்டாவது படமும்கூட கூட்டுக் குடும்பம் கூடாது என்று சொல்லவில்லை. சில நேரங்களில் அது முடியாது என்கிற நிலை ஏற்படுமானால் அப்போது சமரசம் செய்து கொள்வதிலே பிழையில்லை என்பதைத்தான் இந்த இரண்டாவது படம் சொல்லிற்று.

சம்சாரம் அது மின்சாரம் படத்தில் ஒரு காட்சி

கூட்டுக்குடும்பம்தான் உயர்ந்தது. அது ஒரு சொர்க்கம். பெரும்பான்மையாக நாம் இந்த இயந்திரத்தன்மையான வாழ்க்கையிலே கூட்டுக் குடும்பம் என்கிற சொர்க்கத்தை இழந்து போய்விட்டோம். பாரடைஸ் லாஸ்ட் என்று மில்டன் ஒரு புத்தகம்

எழுதியிருக்கிறாரே, அது ஓர் இழந்துபோன சொர்க்கம்தான். அத்தையும், மாமனும், பாட்டியும், தாத்தாவும் ஒரே குடும்பமாக இருக்கிற வீடு இருக்கிறதே அது சொர்க்கம். அதே நேரம் ஒருவருக்கொருவர் உதவியாக இருக்கிறவரையிலேதான் அது சொர்க்கம். சொர்க்கம் என்பதை நான் வானுலகம், தேவருலகம் என்கிற பொருளிலே சொல்லவில்லை. சொர்க்கம் என்றால் மிகச் சுகமான இடம் என்கிற ஒரு கருத்து நம்மிடத்திலே பதிந்து கிடக்கிறதல்லவா? அந்தப் பொருளிலே நான் சொல்கிறேன். ஆனால் அந்தக் குடும்பம் ஒருவருக்கொருவர் உதவியாக இருக்கிறபோதுதான் அது சுகமான இடம். காலை எழுந்ததிலிருந்து இரவு வரைக்கும் எந்நேரமும் அந்த வீட்டிலே குத்தும் வெட்டும் சண்டையுமாக இருக்குமானால் அதைவிடப் பிரிந்திருப்பதுதான் நல்லது, அது சுகமில்லை மிகப்பெரிய சோகம். சேர்ந்து ஒற்றுமையாக இருப்பது, சேர்ந்து ஒருவருக்கொருவர் உதவியாக இருப்பது சுகமே தவிர, தினமும் ஒருவர் மீது ஒருவர் பாய்ந்து குதறிக் கடித்துக் கொண்டிருந்தால் அதற்குப் பெயர் சுகமில்லை. அதைவிட நல்லது சனி ஞாயிறுகளிலே பார்த்துக் கொள்ளலாம் என்னும் சமரசம்தான்.

எந்த இடத்திலே சமரசம் வருகிறது என்றால் ஒன்று இயலாதபோது இன்னொரு இடத்துக்கு நாம் வந்து சேருகிறோம். இது ஒரு பொது நன்மை கருதியது என்றுகூட நான் சொல்ல மாட்டேன். ஆனால் சமூக மாற்றம் குறித்தது. ஒரு நிலவுடைமைச் சமூகமாக, இந்த உலகம் இருந்த காலத்தில் ஒரு வயலை நம்பி அந்தக் குடும்பம் வாழ்ந்தது. அந்த வயல் அந்த ஊரிலே உள்ளது. அண்ணன் தம்பி எல்லோரும் அந்த வயலிலே உழைத்தார்கள். அந்த வயலிலே இருந்து வருகிற வருமானம் அந்தக் குடும்பத்தை வாழ வைத்தது. இது ஒரு நிலவுடைமைச் சமூகத்தினுடைய அமைப்பு. கொஞ்சம் கொஞ்சமாக மாற்றம் வந்தது. ஒரு முதலாளித்துவத்தை நோக்கி உலகம் நகர்ந்தது. ஆலைகள் உருவாயின. தொழிற்சாலைகள் உருவாயின. வேலைகளுக்காக வெவ்வேறு இடங்களுக்குப் போகத் தொடங்கினார்கள். ஒரு பையன் டெல்லியிலே வேலை பார்த்தான். இன்னொரு பையன் சென்னையிலே வேலை பார்த்தான். இன்னொரு பெண் கோவையிலே வேலை பார்த்தாள். எல்லோரும் வேலைக்குப்

போனார்கள். வெவ்வேறு தொழில்களுக்குப் போனார்கள். பழைய கூட்டுக்குடும்பத்தை, அந்த வயலை ஒட்டி வாழ்ந்த அந்த நிலவுடைமை சமூகத்தினுடைய அமைப்பை மீண்டும் கொண்டு வரமுடியாது என்ற நிலை ஏற்பட்டபோது, இல்லை இல்லை ஒன்றாகத்தான் இருப்போம் என்று சொல்ல முடியாமல் அந்தக் குடும்பங்கள் பிரிந்து போயின. அது குடும்பத்தினுடைய முன்னேற்றத்தை ஒட்டியது. காலமாற்றத்தைக் குறித்தது. எனவே அப்படிச் சில சமரசங்களைச் செய்து கொள்ளலாம். அந்த சமரசம் மேலும் பல நன்மைகளைக் கொண்டுவரும் என்று சொன்னால் அதற்காகச் சமரசம் செய்து கொள்வதிலே பிழையில்லை. விளைவு என்ன என்பதுதான் முக்கியமானது. அந்த விளைவு தன்னலம் நோக்கியதாக இருக்கக்கூடாது. பொதுநலம் நோக்கியதாக இருக்க வேண்டும். எனவே பொதுநலம் நோக்கியதாக சமூக மாற்றம் நோக்கியதாக, நாம் செய்து கொள்ளுகிற சமரசம் இருக்குமானால் அது முதிர்ச்சியானது. தன்னலத்திற்காக செய்து கொள்கிற சமரசம் என்பது தளர்ச்சியானது, பலவீனமானது, கூடாதது.

□

புகழ்ச்சி இயல்பன்று

தேன் என்பது மிகச் சுவையாக இருக்கும். மிகமிகச் சீக்கிரத்தில் அது திகட்டி விடும். தேன் திகட்டும், நீ எனக்குத் தேனில்லை. என்றைக்கும் வாழ்க்கை முழுவதும் திகட்டாத தண்ணீரடி நீ.

உலகிலேயே மிகவும் கடினமானது என்னவென்றால் ஒருவரை உட்கார வைத்துக்கொண்டு முகத்துக்கு நேராக அவரைப் புகழ்வது. அதைவிடக் கடினமானது அந்தப் புகழ்ச்சியைக் கேட்டுக் கொண்டிருப்பது. ஆனால் இந்த இரண்டும் இங்கே மிக இயல்பாக நடக்கின்றன. பொது மேடைகளில் மட்டும் அன்றி, காதலன் காதலி உரையாடலிலும்கூட புகழ்ச்சி என்பது மிகையாக இருந்தால் தான் அது உண்மையான காதல் என்று கருதப்படுகிறது. எப்போதும் இயல்புதான் சுவையானது. இயல்புதான் அழுத்தமானது. ஆனால் இங்கே மிகைபடக் கூறுவது, மிகை படப் பாராட்டுவது, உண்மையைக் காட்டிலும் கூடுதலாகப் பேசுவது என்பவைதான் வரவேற்புக்கு உரியவைகளாக இருக்கின்றன. இது ஒரு சமூகத்தினுடைய நலிந்த நிலையைத்தான் காட்டுகின்றது.

அண்மையில் வெளியான ஒரு திரைப்படத்தில் காதலனுக்கும் காதலிக்கும் இடையிலே நடக்கிற உரையாடல் மிக நயமானதாகப் பட்டது. அந்தப் பெண் இதே கேள்வியை அவனிடத்திலே கேட்கிறாள். எல்லோரும் தன் காதலியைத் தேனே என்றும் மானே என்றும் கொஞ்சுவார்கள் என்று

நான் கேள்விப்பட்டிருக்கிறேன். ஒருநாள்கூட நீ அப்படி என்னைக் கொஞ்சியதில்லையே என்கிறாள். அவன் சொல்கிறான் உண்மைதான். உன்னைப்பார்த்தால் தேனைப் பார்த்ததுபோலத் தோன்றவில்லை என்கிறான். அப்படியா? நான் உனக்குத் தேனாகத் தோன்றவில்லையா? என்கிறாள், இல்லை... இல்லை நீ எனக்குத் தேனில்லை என்கிறான். இந்த இடத்திலே அந்தக் காட்சியை அப்படியே நினைத்துக்கொண்டு இதைப் பார்க்கிறபோது நமக்கு நினைவுக்கு வரும் ஓர் இலக்கியத்தைப் பகிர்ந்து கொள்ளவேண்டும் என்பதுபோல் தோன்றுகிறது.

ஷேக்ஸ்பியர் எழுதிய கிங்லியரில் ஒரு காட்சி.

ஷேக்ஸ்பியர் எழுதிய கிங்லியர் என்கிற ஒரு நாடகம் இருக்கிறது. முடிவு மிக சோகமாக அமைந்த ஒரு நாடகம் அது. ஆனால் மிக அருமையான உரையாடல்கள் அந்த நாடகம் முழுவதும் இருக்கின்றன. ஓர் இடத்திலே ஆண்டனி என்கிற பாத்திரத்தைப் பார்த்து கேமலின் என்கிற இன்னொரு பெண் சொல்வாள், எப்போது பார்த்தாலும் அடிவாங்குவதற்கென்றே ஒரு கன்னத்தையும், பழி சுமப்பதற்காகவே ஒரு தலையையும்

வைத்திருக்கிறவன் நீ என்று. சோக நாடகத்தின் சுவையான உரையாடல். அந்த லியர் என்கிற மன்னனுக்கு மூன்று மகள்கள் இருந்தார்கள். அந்த மூன்று பெண்களுக்கும் தன் நாடு முழுவதையும் மன்னன் பிரித்துக் கொடுத்து விடலாம் என்று கருதினான். அந்த நாடகத்தினுடைய முதல் காட்சியே அதுதான்.

மூன்று மகள்களையும் அழைத்தான். எனக்கு வயதாகிறது, நான் இந்த நாட்டை மூன்று பங்காக ஆக்கி, உங்களுக்குக் கொடுத்து விடலாம் என்று கருதுகிறேன். ஆனால் யார் என்னிடம் கூடுதல் அன்பு வைத்திருக்கிறீர்களோ அந்த அளவுக்கு அந்த நாட்டினுடைய அளவு கூடுதலாக இருக்கும். எனவே ஒவ்வொருவராகச் சொல்லுங்கள், என் மீது நீங்கள் எவ்வளவு அன்பு வைத்திருக்கிறீர்கள். அதைப் பொறுத்துத்தான் உங்களுக்கு நாடு பிரிக்கப்படும் என்று சொன்னதற்குப் பிறகு கேட்கவா வேண்டும். எவ்வளவு புகழப்படுமோ அவ்வளவுக்கு நாடு என்று மன்னனே சொன்னதற்குப் பிறகு, புகழ்ச்சியில் யார் யாரை மிஞ்சுவது என்கிற போட்டி அந்த பெண்களுக்குள்ளே வருகிறது.

மூத்த மகளை அழைத்து, நீ முதலிலே சொல் என்று கேட்கிறார். அந்தப் பெண் சொல்கிறாள் உலகத்திலேயே உன்னைத்தான் நான் கூடுதலாக நேசிக்கிறேன், வேறு யாரையும் அல்ல. இந்த உலகத்திலே இருக்கிற அத்தனை மனிதர்களையும் எடுத்துக் கொண்டாலும் நான் கூடுதலாக நேசிக்கிற மனிதன் நீங்கள்தானப்பா என்று சொன்ன உடனேயே மனம் நெகிழ்ந்து, நல்லது, நம்முடைய நாட்டின் வரைபடத்திலே இந்தக் கோட்டிலிருந்து இந்த கோடுவரைக்கும் நீ சொல்லியிருக்கிற புகழ்ச்சிக்கு ஏற்ப ஒரு வளமான பகுதியை உனக்குத் தந்திருக்கிறேன் என்றார்.

அடுத்த மகளை அழைத்து இப்போது நீ சொல் பார்க்கலாம் என்கிறார். அவள் சொல்கிறாள் எல்லாம் என்னுடைய தமக்கை சொன்ன செய்திதான். கூடுதலாக ஒன்று, அவள் எவ்வளவு தூரம் உங்களை நேசிக்கிறாளோ அதைக்காட்டிலும் கூடுதலாக உங்களை நேசிக்கிறேன் என்று இரண்டாவது மகள் சொல்கிறாள். முதல் மகளுக்குக் கிடைத்ததைக் காட்டிலும் கூடுதலாகக் கொஞ்சம் நாடு கிடைக்கும், எல்லை கிடைக்கும் என்பது அவளுடைய கருத்தாக இருக்கிறது. இரண்டுபேரும் போட்டி போட்டுப் புகழ்ந்து வளமான பகுதியை எல்லாம் தங்களுடைய நாடாக எழுதி வாங்கிக்

கொள்கிறார்கள். அந்த இரண்டு பெண்களுடைய கணவன்மார்களும் மிக மகிழ்ந்துபோய் அந்த நாடுகளைப் பெற்றுக் கொள்கிறார்கள்.

இப்போது கடைசியாக தம்முடைய கடைசி மகள், செல்ல மகளை அழைத்து நீ கடைசி மகளாக இருந்தாலும்கூட என்மீது வைத்திருக்கிற வாஞ்சையையும், அன்பையும் நான் அறிவேன். நீ சொல், என் மீது எவ்வளவு அன்பு வைத்திருக்கிறாய். இவர்கள் இரண்டு பேரையும் காட்டிலும் என் மீது நீ எப்படி அதிகமாக அன்பு காட்டுகிறாய் சொல் என்று மன்னன் கேட்கிறபோது, கார்டிலீயா பொறுமையாகச் சொல்கிறாள், ஒன்றுமில்லை என்கிறாள். ஒன்றுமில்லையா அவன் கேட்கிறான், ஆமாம் ஒன்றுமில்லை என்றால் ஒன்றுமில்லைதான் என்று அவள் சொல்கிறாள். அப்போது மன்னன் சொல்வான் Nothing comes from Nothing என்று. அதாவது ஒன்றுமில்லாததிலிருந்து உலகத்தில் ஒன்றும் வெளிவராது. நீ எப்படி ஒன்றுமில்லை என்று சொல்கிறாய் என்று கேட்கிறபோது, (கார்டிலீயா) சொல்வாள் ''அப்படி இல்லையப்பா ஒரு அப்பாவின் மீது ஒரு பெண்ணுக்கு எவ்வளவு அன்பு இருக்குமோ அவ்வளவு அன்பு நான் வைத்திருக்கிறேன்.''

''அவ்வளவுதானா?''

''அவ்வளவுதான். ஒரு அப்பாவின் மீது ஒரு குழந்தைக்கு எவ்வளவு பாசம் இருக்குமோ அந்தப் பாசம் எனக்கு இருக்கிறது.''

''உன் அக்கா இரண்டு பேரும் எவ்வளவு பாராட்டிச் சொன்னார்கள். நீ என்னமோ வெறும் அப்பாவின் மீது வைத்திருக்கிற அன்புதான் என்கிறாயே?'' என்று கேட்டபோது, மிக அழகாய்ப் பதில் சொன்னாள்.

''அவர்கள் உலகத்திலே உங்களை மட்டும்தான் நேசிக்கிறேன் என்று சொல்கிறார்கள். அது உண்மையாக இருந்திருந்தால் அவர்கள் திருமணம் செய்து கொண்டிருக்க வேண்டிய தேவையில்லை. இங்கேயே இருந்திருக்கலாம். திருமணம் செய்து கொண்ட பிறகு கணவனையும் நேசிக்க வேண்டிய கடமை அவர்களுக்கு இருக்கிறதல்லவா? பிறக்கப் போகிற பிள்ளைகளையும் நேசிக்கிற இயல்பு இருக்கிறதல்லவா? இந்த மக்களையும் இந்த நாட்டையும் நேசிக்க வேண்டி

இருக்கிறதல்லவா? எல்லோருக்கும் இடம் இருக்கிறது என்று சொன்னால், அப்பாவுக்கு இதயத்தில் என்ன இடம் இருக்குமோ அந்த இடம்தானே இருக்க முடியும்'' என்று கார்டிலீயா கேட்டாள். இந்த நியாயமான பதிலை, இந்த உண்மையான கூற்றை அவரால் ஏற்றுக் கொள்ளமுடியவில்லை. இது அவருக்கு நிறைவைத் தரவில்லை.

இது மோசமானது என்று அவன் கருதினான். கடைசி மகளின் பதில் நிறைவு தராததால் கோபப்பட்ட மன்னன் சொன்னான் உனக்கு நாட்டில் எந்தப் பகுதியும் இல்லை. மீதம் இருக்கிற பகுதியையும் அந்த மூத்த மகள்கள் இரண்டு பேரும் எடுத்துக் கொள்ளட்டும் என்று சொல்லிவிட்டான். பிறகு அவனுக்கு உண்மைகள் தெரிய நாளாயிற்று.

இந்த இடத்திலே மறுபடியும் முதலில் சொன்ன அந்த திரைப்படத்தினுடைய உரையாடலை நாம் நினைவுபடுத்திக் கொள்ளலாம். உண்மையைச் சொல்கிறபோது யாருக்கும் பிடிக்கவில்லை. மிகையாகச் சொன்னால்தான் பாராட்டு என்று கருதுகிறார்கள். அங்கேயும் தன் காதலியைப் பார்த்து நான் உன்னைத் தேனே என்று சொல்லமாட்டேன் என்றான். ஏன் என்று கேட்டாள். அதற்கு அவன் சொன்னான், தேன் என்பது மிகச் சுவையாக இருக்கும். மிகமிகச் சீக்கிரத்தில் அது திகட்டி விடும். தேன் திகட்டும், நீ எனக்குத் தேனில்லை. என்றைக்கும் வாழ்க்கை முழுவதும் திகட்டாத தண்ணீரடி நீ என்று உரையாடல் வரும். அந்த உரையாடல் எவ்வளவு இயல்பானது! தேனாக இருப்பதைவிடத் தண்ணீராக இருப்பதுதான், காலம் முழுவதும் உதவக்கூடிய, காலம் முழுவதும் துணை இருக்கக்கூடிய ஒன்று என்னும் இந்த உரையாடலை எழுதியிருக்கிற இயக்குனர் சீமான் உண்மையிலேயே பாராட்டுக்குரியவர்.

□

நன்றி பாராட்டுதல்

ஒரு தலைமுறையினரிடம் இருந்து பெற்றவை களையெல்லாம் அடுத்த தலைமுறைக்குக் கொடுக்கிற தொடர் ஓட்டம்தான் வாழ்க்கை.

நன்றியோடு இருப்பது என்பது நமக்குத் தேவையான நல்ல பழக்கங்களிலே ஒன்று. பொதுவாகக் கூட்டங்களிலே நன்றி சொல்கிறபோது, நன்றி கூறுகிறேன் என்று சிலரும், நன்றி பாராட்டுகிறேன் என்று சிலரும் கூற நான் கேட்டிருக்கிறேன். இந்த நன்றி பாராட்டுதல் என்றால் என்ன? நன்றி கூறுவது நமக்குப் புரிகிறது. நன்றி பாராட்டுதல் என்றால் என்ன என்று ஒரு கேள்வி எழுகிறபோது, அதற்கு நண்பர்கள் சில விடைகளைச் சொன்னார்கள். பொதுவாக ஆங்கிலத்திலேகூட இன்றைக்கு ஒரு மரபு வந்திருக்கிறது, முன்பெல்லாம் நன்றி, Thanks என்று சொன்னால், No mention என்று சொல்வார்கள். சொல்லாதீர், இதற்கெல்லாம் நன்றி சொல்லவேண்டியதில்லை என்று சொல்வார்கள், இது பழைய மரபு. இன்றைக்கு யாரிடத்திலே யாவது ஆங்கிலத்திலே Thanks என்று சொன்னால், வெல்கம் என்று சொல்கிறார்கள். மகிழ்ச்சி... வரவேற்கிறோம். நீங்கள் நன்றி சொல்வதை நாங்கள் பாராட்டுகிறோம் என்று சொல்கிறார்கள்.

எனவே இதுதான் நன்றி பாராட்டுவதோ என்று கருதிய கட்டம் உண்டு. ஆனால் இதைக்காட்டிலும் அந்தச் சொல்லுக்கு ஓர் ஆழமான பொருள் இருக்கவேண்டும் என்று தோன்றியது. நன்றி பாராட்டுவது என்பது யார் நமக்கு உதவி

செய்தார்களோ அதை நினைவில் வைத்துக் கொள்வது, அவர் களுக்கு உண்மையாக இருப்பது என்கிற கட்டத்தில் மட்டும் நின்று விடாமல் அதையும் தாண்டித் தொடர்ச்சியாக மற்றவர்களுக்கும் உதவி செய்யத் தூண்டுதல் என்பதாக இருக்கவேண்டும் என்பது ஒரு கருத்து. எப்படியென்றால் நாம் மற்றவர்கள் நமக்கு உதவி செய்கிறபோது, அந்த உதவியைப் பெற்றுக்கொள்கிறவர்களாக மட்டும் இல்லாமல் மற்றவர்களுக்கு உதவி செய்யக் கற்றுக் கொடுக்கிறவர்களாகவும் இருக்க வேண்டும் என்பதுதான். பிறர் உதவியை நாம் பெற்றுக் கொண்டோமில்லையா? யாரோ ஒருவர் உதவவில்லை என்று சொன்னால், அந்த நேரத்தில் அன்றைக்கு நாம் மேலே வந்திருக்க முடியாது. எனவே யாரோ நமக்கு உதவினால், நாம் யாருக்காவது உதவ வேண்டும். ஏன் உதவியவருக்கே நாம் திரும்பி உதவக்கூடாதா என்றால் உதவலாம். ஆனால் அது பரிமாற்றம். அதையும் தாண்டி நீங்கள் வேறு பலருக்கும் உதவுவது என்பதுதான் இந்த நன்றியினுடைய தொடர்ச்சி. நாம் சுருக்கமாக இப்படிப் பார்க்கலாம், பெற்றோர்கள் நம்மை படிக்க வைத்தார்கள். நாம் திரும்பிப் பெற்றோர்களையா படிக்க வைத்தோம். பிள்ளைகளைத் தானே படிக்க வைத்தோம். படிக்க வைக்கிற அந்தக் குணத்தை பெற்றோர்களிடமிருந்து நாம் கற்றுக் கொண்டோம். அந்த உதவியைப் பெற்றுக் கொண்டதோடு, அந்தக் குணத்தைக் கற்றுக் கொண்டோம். அதனால் பிள்ளைகளைப் படிக்க வைத்தோம்.

ஒரு தலைமுறையினரிடம் இருந்து பெற்றவைகளையெல்லாம் அடுத்த தலைமுறைக்குக் கொடுக்கிற தொடர் ஓட்டம்தான் வாழ்க்கை. தொடர் ஓட்டத்திலே தொடர்ந்து கற்றுக்கொண்டே ஓடுகிற மனிதன் முன்னேறுகிறான். எதையும் கற்றுக்கொள்ளாத விலங்குகள், பறவைகள் அப்படியே இருக்கின்றன. ஏறத்தாழ பல ஆயிரம் ஆண்டுகளுக்கு முன்னால் மனிதன் ஓர் உறையுள் அற்று வாழ்ந்தான். மலைக் குகைகளிலிருந்தான், பிறகு மரங்களில் பரண்களைக் கட்டிக் கொண்டான். சின்னச்சின்ன ஓலைக் குடிசைகளை வேய்ந்தான். மெல்லமெல்ல முன்னேறி இன்றைக்கு மாபெரும் மாடமாளிகைகளைக், கூட கோபுரங்களை நாம் பார்க்கிறோம். கட்டிட வளர்ச்சியில் மட்டுமல்ல, ஒவ்வொரு துறையிலேயும் இந்த வளர்ச்சி இருக்கிறது. ஆனால் ஆயிரம் ஆண்டுகள், இரண்டாயிரம் ஆண்டுகளுக்கு முன்னால் பறவைகள் எப்படிக் கூடு கட்டினவோ அப்படித்தான் இன்னமும் கட்டிக்

கொண்டிருக்கின்றன. ஆயிரம் இரண்டாயிரம் ஆண்டுகளுக்கு முன்னால் விலங்குகள் எப்படிக் குகைகளிலே வாழ்ந்தனவோ அப்படித்தான் இப்போதும் வாழ்ந்து கொண்டிருக்கின்றன. யாராவது சொல்ல முடியுமா? இல்லை இல்லை எங்கள் ஊரில் ஒரு சிட்டுக்குருவி இருக்கிறது, அது ஒரு மாளிகை கட்டி இருக்கிறது என்று. சிட்டுக்குருவி அதே கூடுதான் கட்டுகிறது. காக்கைகள் எப்போதும் போலத்தான் அந்த கூட்டைக் கட்டுகின்றன, முன்னேற்றமில்லை. போன தலைமுறையினரிடமிருந்து விலங்கு களும், பறவைகளும் கற்றுக்கொள்வ தில்லை. மனிதர்கள் கற்றுக் கொள்கிறார்கள் என்பதுதான் வளர்ச்சியினுடைய அடிப்படையான செய்தி.

நன்றியைக்கூடக் கற்றுக் கொள்வது என்பது அடுத்தவர்களுக்கு உதவுவது என்கிற பொருளிலேதான். அப்போதுதான் ஒரு சமூகத்தினுடைய தொடர்ச்சி வருகிறது. நாம் பெற்ற உதவியை மற்றவர்களுக்குச் செய்வதுதான் நன்றி பாராட்டுவது. அப்படிச் செய்கிறபோதுதான் ஒரு சமூகம் மேலும் தழைத்தோங்குவதற்கு வாய்ப்புகள் வருகின்றன. எனவே நாம் எதைக் கவனத்திலே கொண்டு வரவேண்டுமென்றால் நாம் எந்த உதவியை யாரிடத்தில் இருந்து பெற்றாலும் அவர்களுக்கு உண்மையாக இருக்கிறோம். அவர்களுக்கு நன்றி பாராட்டுகிறோம் என்பதோடு மட்டுமல்லாமல் அப்படிப்பட்ட உதவிகளை நாம் அடுத்தவர்களுக்கும் தொடர்ந்து

செய்வது என்பதுதான் அவனுக்கும் செய்கிற நன்றி. ஆகை யினாலேதான் நன்றி என்று சொல்கிறபோது, வெல்கம்... வரவேற் கிறோம் என்று சொல்வது, தொடர்ந்து செய்ய வேண்டும் என்பதற் காகத்தான் என்று நாம் எடுத்துக் கொள்ளவேண்டும். இது ஒரு தொடர் ஓட்டம். யார் இயலுமோ அவர்கள் இயலாதவர்களுக்குச் செய்கிற உதவி இருக்கிறதே அது உதவி மட்டுமல்ல நன்றியும்கூட.

திருக்குறள் காலத்திலே நன்றி என்கிற சொல்லும், உதவி என்கிற சொல்லும் ஒரே பொருளில்தான் பயன்பட்டிருக்கின்றன. தந்தை மகனுக்காற்றும் நன்றி என்று வள்ளுவர் சொல்கிறார், மகன் தந்தைக்காற்றும் உதவி என்று சொல்கிறார், இதை நாம் கவனிக்க வேண்டும். நாமாக இருந்தால் பொதுவாக என்ன சொல்வோம்? மகன் தந்தைக்கு நன்றி செலுத்த வேண்டும். தந்தை மகனுக்கு உதவி செய்ய வேண்டும். ஆனால் வள்ளுவர் என்ன சொல்கிறார் என்றால் தந்தை மகனுக்காற்றும் நன்றி என்று சொல்கிறார். அதை உதவி என்று சொல்லவில்லை. நன்றி என்கிறார். தந்தை மகனுக்கு ஆற்றும் உதவி என்கிறார். என்ன காரணம் என்றால் நன்றி என்கிற சொல்லும் உதவி என்கிற சொல்லும் ஒரே பொருளில்தான் அன்றைக்கு பயன்பட்டிருக்கின்றன. ஆகையினாலே நாம் ஒருவருக்கு உதவி செய்வதும்கூட நன்றியோடு இருப்பதுதான். நாம் பலரிடம் இருந்து பெற்ற, பல தலைமுறைகளிடமிருந்து பெற்ற, பல்வேறு சமூகத்தினரிடமிருந்து பெற்ற அந்த உதவிகளுக்கெல்லாம் நாம் நன்றியாக இருக்கிறோம் என்பது வெவ்வேறு மனிதர்களுக்கும் வெவ்வேறு சமூகத்திற்கும் நாம் தொடர்ந்து செய்கிற உதவி யினுடைய வெளிப்பாடாக இருக்கலாம்.

எனவே தொடர்ந்து உதவி செய்வது என்பதுதான், நன்றி பாராட்டுவது. யார் நமக்கு உதவி செய்தார்களோ அவர்களுக்குத் திருப்பிச் சொல்வது நன்றி கூறுவது. நாம் நன்றி கூறுகிறவர்களாக இருக்க வேண்டும். அதைக்காட்டிலும் மிக முக்கியமானது நாம் நன்றி பாராட்டுகிறவர்களாகவும் இருக்க வேண்டும். ☐

மைக்கேல் பாரடே

பேராசிரியப் பெருமக்கள்கூட, படிக்க நேரமில்லை என்று சொல்லுகிற கால கட்டத்தில், புத்தகங்களைக் கட்டுமானம் செய்து தெருக்களிலே கூவி விற்ற பையன் பெரும்பான்மையான புத்தகங்களைப் படித்து விட்டு விற்பனை செய்கிறான். அதிலும் அவன் தேடித் தேடிப் படித்த புத்தகங்கள் எல்லாம் அறிவியல் புத்தகங்களாக இருந்தன

1830 ஆவது ஆண்டு வரை இந்த உலகம் இருட்டில்தான் இருந்திருக்கும். இங்கிலாந்திலே பிறந்த மைக்கெல் பாரடே என்கிற ஒரு மாமனிதன் 1831-இல் மின்சாரம் என்கிற ஒன்றைக் கண்டுபிடிக்கவில்லை என்றால் இன்னமும் இந்த உலகம் இருட்டில்தான் இருந்திருக்கும். அதற்கு முன்பும் பல்வேறு விஞ்ஞானிகள் அந்த முயற்சிகளிலே ஈடுபட்டார்கள். ஆனாலும் மின்னியல் யுகம் அப்போதுதான் தொடங்கிற்று. யுகங்களைப் பிரிப்பதென்றால் புராணிகர்கள் கலியுகம் என்றும் வேறு விதமாகவும் பிரிப்பார்கள். ஆனால் அறிவியல் அடிப்படை யிலே பிரிப்பது என்று சொன்னால், வேளாண்மை யுகம், அதைத் தொடர்ந்து தொழில் துறையுகம், மின்னியல்யுகம், பிறகு மின்னணு வியல்யுகம், இன்றைக்கு அணுயுகம் என்று ஐந்தாக அதைப் பிரிக்கிறார்கள். ஆனால் இன்றைக்கு இருக்கிற அணு யுகத்திற்கும் முந்திய மின்னணு வியல் யுகத்துக்கும்கூட இந்த மின்னியல் யுகம்தான் அடிப்படை. மின்சாரம் என்கிற ஒன்று, இந்த

உலகத்தின் முகத்தை முற்றிலும் மாற்றிப்போட்டு விட்டது என்று சொல்லவேண்டும்.

19-ஆம் நூற்றாண்டினுடைய மையப்பகுதியிலே அது கண்டறியப்பட்டாலும், ஏறத்தாழ 19-ஆம் நூற்றாண்டின் இறுதியிலேதான் மெல்லமெல்ல நடைமுறைக்கு வந்தது. 31-இல் மின்சாரத்தினுடைய ஒரு கண்டறிதலை மைக்கேல் பாரடேயும், 25 ஆண்டுகளுக்குப் பிறகு சீமென்ஸ் என்கிற விஞ்ஞானி மின்சாரத்தை உற்பத்தி செய்கிற கருவியையும் கண்டுபிடித்தார்கள். அதற்கும் 23 ஆண்டுகளுக்குப் பிறகுதான் தாமஸ் ஆல்வா எடிசன் மின் விளக்குகளைக் கண்டுபிடித்தார். மின்சாரம், மின்சாரத்தை உற்பத்தி செய்கிற கருவி, மின்சாரத்தால் பயன்படுகிறபொருள்கள் என்று அந்த மூன்று நிலைகள் ஒன்றன் பின் ஒன்றாக வந்துசேர ஏறத்தாழ 50 ஆண்டுகளாயிற்று, பிறகு நடைமுறைக்கு வருவதற்கு இன்னொரு கால் நூற்றாண்டாயிற்று, இதுதான் மின்சாரத்தினுடைய கதை.

மைக்கேல் பாரடே

மைக்கேல் பாரடேயின் கதையையும் நாம் தெரிந்து கொண்டாக வேண்டும்.

மைக்கேல் பாரடே இங்கிலாந்தில் ஓர் ஏழைக் குடும்பத்தில் பிறந்தார். 14 வயதிற்குமேல் அவரைப் படிக்க வைக்க முடியவில்லை. எனவே பிறகு அவர் பள்ளிக்கூடத்திற்குப் போகவில்லை. இந்த இடத்திலே இன்னொரு செய்தியை நாம் விளங்கிக் கொள்ளவேண்டும். மிகப் பல அறிவாளிகள், அறிஞர்கள் பள்ளிக்கூடம் போகாதவர்களாக இருந்திருக்கிறார்கள். அதை வைத்துக் கொண்டு அறிஞர் ஆகவேண்டும் என்றால் பள்ளிக்கூடத்துக்குப் போகக்கூடாது என்ற பொதுக் கருத்துக்கு நாம் வந்து விடக்கூடாது. அவர்கள் விதி விலக்குகள்தான், ஆனாலும் என்னவோ தெரியவில்லை, விதி விலக்குகள்தான் பல விஞ்ஞான நுட்பங்களை, அறிவியல் செய்திகளை இந்த உலகுக்குத் தந்திருக்கிறார்கள். அவர்களிலே ஒருவர்தான் மைக்கேல் பாரடே. 14-ஆம் வயதோடு படிப்பு முடிந்து போய்விட்டது. புத்தகங்களை எல்லாம் கட்டுமானம் செய்து (பைண்டிங் செய்து) விலைக்குக் கொண்டுபோய்த் தெருக்களில் விற்கிற ஒரு வேலை அவருக்கு வாய்த்தது. மிகப்பெரிய செய்திப் புத்தகங்களை விலைக்கு விற்பதுதான் அந்தப் பையனின் வேலை. ஆனால் விற்பனைக்கு முன்பு முடிந்தவரை படித்து விட்டுதான் விற்பனை செய்தான் என்பதுதான் குறித்துக் கொள்ள வேண்டிய செய்தி.

பேராசிரியப் பெருமக்கள்கூட, படிக்க நேரமில்லை என்று சொல்லுகிற கால கட்டத்தில், புத்தகங்களைக் கட்டுமானம் செய்து தெருக்களிலே கூவி விற்ற பையன் பெரும்பான்மையான புத்தகங்களைப் படித்து விட்டு விற்பனை செய்கிறான் என்பதும், அதிலும் அவன் தேடித்தேடி படித்த புத்தகங்கள் எல்லாம் அறிவியல் புத்தகங்களாக இருந்தன என்பதும் ஒரு வியப்பான செய்திதான்.

அப்படி அறிவியல் நூல்களைப் படித்தபோதும், அதற்குப் பிறகு சில அறிவியல் சொற்பொழிவுகளைக் கேட்டபோதும், அம்சட் டேவி என்கிற ஒரு பெரிய விஞ்ஞானியினுடைய பேச்சுகளாலும், எழுத்துக்களாலும் அந்தச் சிறுவன் கவரப்பட்டான். ஒருநாள் அம்சட் டேவிக்கு ஒரு கடிதம் எழுதுகிறான். நான் உங்களினுடைய

எழுத்துக்களைப் படித்திருக்கிறேன். உங்களுடைய விஞ்ஞான கட்டுரைகளின் மீது எனக்கு ஓர் ஈர்ப்பு இருக்கிறது. உங்களுடைய சோதனைச் சாலையில் என்னை ஒரு எடுபிடியாக வைத்துக் கொள்ள முடியுமா? என்று கேட்டு ஒரு கடிதம் எழுதுகிறான். அவன் எதிர்பார்க்கவில்லை. அம்சட் டேவியிடமிருந்து அழைப்பு வருகிறது. எடுபிடியாக அல்ல. வா! சோதனைச்சாலையில் என் கூடவே இரு, உதவியாளராய் இரு, இத்தனை ஆர்வமுள்ள ஒரு பையன்தான் விஞ்ஞானத்துறைக்குத் தேவைப்படுகிறான் வா என்று டேவியிடமிருந்து வந்த அழைப்பு மைக்கேல் பாரடேக்கு வந்த அழைப்பன்று. இந்த உலகத்தினுடைய மாற்றத்துக்கு, இந்த உலகத்தினுடைய முகம் புதிய பொலிவை பெறுவதற்கு வந்த அழைப்பு என்றுதான் நாம் கொள்ளவேண்டும்.

பிறகு அந்த டேவியினுடைய சோதனைச் சாலையிலே பணியாற்றுகிற, புதிய செய்திகளையெல்லாம் கண்டுபிடிக்கிற, ஒரு பெரிய வாய்ப்பு மைக்கேல் பாரடேக்கு வந்தது. அவன் பல்வேறு விதமான சோதனைகளைச் செய்தான். குறிப்பாக மின்சாரம், காந்தம் என்ற இரண்டு துறைகளிலேதான் அவனுடைய ஆர்வம் இருந்தது. மின்சாரம் என்கிற ஒன்றை, அது எப்படி வருகிறது, அதனுடைய விளைவுகள் என்ன என்பதிலே மிகவும் கவனமாக இருந்தான். எங்காவது ஒன்றைத் தொடுகிறபோது ஷாக் அடிக்கிறது என்று சொல்கிறோமே அங்கே ஏதோ ஒன்று இருக்கிறது என்பதை உணர்ந்தான். அந்த ஏதோ ஒன்றைக் கம்பியின் மூலமாக அனுப்புகிறபோது, பக்கத்திலே இருக்கிற அந்தத் திசைக் காட்டிக் காந்தம் திரும்பி விடுகிறது. பிறகு தொடர்ந்து கவனித்து ஏதோ ஒன்று ஒரு கம்பியிலே வருகிறது. உடனே இங்கே இருக்கிற காந்த திசைக்காட்டி திரும்புகிறது என்பதைக் கண்டறிந்தான். இப்போது அவன் மாற்றி ஒன்றைச் செய்து பார்க்கிறான். காந்தத்திசை காட்டியை இறுக்கமாக கட்டிவிட்டு, இப்போது அந்த மின்சாரம் அந்த கம்பியிலே வருகிறபோது, என்ன ஆகிறது என்று பார்த்தால், இந்தத் திசை காட்டி அசையாத காரணத்தினாலே, அந்தக் கம்பிகள் அதிர்கின்றன. ஓ! காந்தத்தின் மூலமாகவும் மின்சாரத்தை இயக்க முடியும் என்கிற காந்தத் தூண்டல் என்ற இன்றைய இயற்பியல் உண்மையை அன்றே அவன் கண்டறிந்தான். பாரடேயின் விதிகள்

அங்கே தான் முதலில் தோன்றின இதுதான் அவனுடைய முதல் அறிவியல் செய்தி.

இது 1820களிலே. அங்கே இருந்துதான் மிகத் துல்லியமாக 1831-ஆவது ஆண்டு இந்த மின்சாரம் குறித்து மின்னியல்குறித்து அது எப்படி வந்து பாய்கிறது என்பது குறித்து, எல்லாச் செய்திகளையும் பாரடே தன்னுடைய விதிகளை வெளியிட்டான். அதைத்தான் உலகம் இன்றைக்கும் பாரடேயின் விதி என்று போற்றிப் புகழ்ந்து கொண்டிருக்கிறது. அதற்குப் பிறகு மேலும் பல ஆய்வுகளிலே ஈடுபட்டான். அவனுடைய ஆய்வுகள் எல்லாம் மின்சாரமும், காந்தமும் தொடர்புடையது. எலக்ட்ரோ மேக்னட் என்கிற துறையில் அவன்தான் தந்தை என்று சொல்லவேண்டும். வாயு (கேஸ்) என்று சொல்லுகிறோமே அதை எப்படித் திரவம் ஆக்குவது என்கிற முயற்சியிலேயும், எலக்ட்ரானிக்ஸ் என்று சொல்கிற அந்த முறையிலேயும் பாரடே புதிய பல ஆய்வுகளை யெல்லாம் இந்த உலகுக்குத் தந்தான். ஆகையினாலே வெறும் படிப்பறிவற்ற சிறுவனாக இருந்தும் விஞ்ஞானத்துறையிலே மிகுந்த ஆர்வம் உடையவனாக இருந்த காரணத்தினாலே புதிய கண்டுபிடிப்புகளிலே மட்டுமல்லாமல், உலகத்தையே மிகத் தெளிவாகப் புரட்டிப் போட்டான் என்றுகூடச் சொல்லலாம்.

மின்னியலிலே அவன் கண்டுபிடித்த ஆய்வுகள், அதனைத் தொடர்ந்து பலரும் கொண்டு வந்த ஆய்வுகள் இன்றைக்கும் ஒவ்வொருவருடைய அன்றாட வாழ்வில் ஒவ்வொரு நிமிடமும் பயன்பட்டுக் கொண்டிருக்கின்றன எனும்போது மைக்கேல் பாரடேயை இந்த உலகம் மறக்கக் கூடாது அல்லவா?

◻

குடும்ப வன்முறைத் தடுப்புச் சட்டம்

வன்முறை என்பது வெளியிலேதான் நடக்கும் என்று கருத வேண்டியதில்லை. வன்முறை என்பது குடும்பங்களிலேதான் கூடுதலாக நடக் கிறது. வன்முறை என்பது அடிப்பதுதான் என்றுகூடச் சொல்ல முடியாது. சொற்களால்கூட காயப்படுத்துகிறவர்கள் ஏராளமானோர் இருக்கிறார்கள்.

சில ஆண்டுகளுக்கு முன்பு தமிழகத்தின் நகர் ஒன்றிலே நடந்து கொண்டிருந்தபோது, பட்டப் பகலில் ஒரு காட்சியை நான் பார்த்தேன். ஒரு மனிதன் ஒரு பெண்ணை நடுத்தெருவிலே போட்டுக் கடுமையாக அடித்துக் கொண்டிருக் கிறான். அங்கே பக்கத்தில் இருந்தவர்கள் ஒரு சிலர் தடுக்கத்தான் செய்தார்கள். அவர்களைப் பார்த்து அவன் 'இவ என் பெண்டாட்டி இவளை அடிப்பேன் உதைப்பேன் இதை கேட்க நீ யார்?' என்று கேட்டான். அதையும் மீறி தடுப்பவர்களைத் தடுப்பதற்கு இன்னொரு ஆயுதத்தையும் கையிலே எடுத்திருந்தான். இன்னா இவளுக்காக ரொம்பப் பரிஞ்சு பேசுற... உனக்கும் அவளுக்கும் என்ன தொடர்பு என்று கேட்டதற்குப் பிறகு வந்தவர்களும் போய் விட்டார்கள்.

இந்த இரண்டாவது பெரிய ஆயுதத்தைக் கையிலே எடுப்பது என்பது, தடுகக வருகிறவனையும், அடிபடுகிற பெண்ணையும் சேர்த்து ஒரே நேரத்தில் கொச்சைப்படுத்துகிற ஒரு செயல். அப்படி அடிப்பதற்கான உரிமை ஒரு புருஷனுக்கு இருக்கத் தான் செய்கிறது என்று தடுக்கிறவர்களும்கூட நினைக்கத்தான் செய்கிறார்கள். இதுதான் அதில் இருக்கிற சிக்கல். தடுக்க வந்தவர்கள்,

இப்படிப்போட்டு அடிக்கிறானே அய்யோ பாவம் என்று பரிதாபப்பட்டவர்களுக்குக் கூட உள் மனத்திலே ஒரு எண்ணம். புருஷன் பெண்டாட்டி சண்டையில் புருஷன் அடிக்கிறத நாம எப்படிசார் தடுக்க முடியும். புருஷனுக்கு அடிக்க உரிமை இருக்கத்தானே செய்கிறது என்று ஒரு தவறான கருத்து ஒரு சமூகத்தின் கருத்தாக நெஞ்சத்திலே பதிந்து கிடந்தது. ஆனால் இனிமேல் அப்படி யாரும் சொல்ல முடியாது. அவன் கணவனாக இருக்கலாம். அவள் மனைவியாகவே இருக்கலாம். அவனுக்கு அவளைத் தொடுகிற உரிமை இருக்கிறது. அவளை அணைக்கிற உரிமை இருக்கிறது. அவளின் அனுமதியோடு அவளைக் கொஞ்சுகிற... உறவு கொள்கிற உரிமை எல்லாம் இருக்கிறது. ஆனால் அவளை அடிக்கிற உரிமை அவனுக்குக் கிடையாது. யார் சொன்னது? அப்படியொரு சட்டம் வந்து விட்டது. குடும்ப வன்முறைத் தடுப்புச் சட்டம் 2005 என்று அதற்குப் பெயர்.

இதை யாரெல்லாம் தெரிந்து கொள்ள வேண்டும் தெரியுமா? அடிக்கிறவர்களும் தெரிந்து கொள்ளவேண்டும். அடிபடுகிறவர் களும் தெரிந்து கொள்ளவேண்டும். இனிமேல் யாரும் அப்படியெல்லாம் அடிக்க முடியாது. அதிலே மிகக் கடுமையான தண்டனைகள் எல்லாம் இருக்கின்றன. இப்படி அடிக்கிறான் கணவன் என்று மனைவி சொன்னால்தான் வழக்கு என்று கருத வேண்டாம். பார்த்துக் கொண்டிருக்கிற மூன்றாவது மனிதன் சொன்னாலே போதும். பக்கத்து வீட்டுக்காரர் எழுதிக் கொடுத்தாலே போதும். தன் மனைவியாக இருந்தாலும், மகளாக இருந்தாலும், பிள்ளையாக இருந்தாலும் யாரும் யாரையும் அடிப்பதற்கு இனிச் சட்டத்தில் இடமில்லை. சட்டம் நடைமுறைப் படுத்தப்படுகிறதா? பயன்பாட்டுக்கு வந்திருக்கிறதா என்பது வேறு. ஆனால் சட்டம் அதைக் கடுமையாக தடுக்கிறது. எப்போது வந்தது என்றால் ஏறத்தாழ இந்தச் சட்டம் பற்றிய பேச்சு வார்த்தைகள் 2000-இல் நடைபெற்றன. குறிப்பாக நாடாளுமன்றத்திலே 1999-ஆம் ஆண்டு ஒரு புள்ளி விவரம் சமர்ப்பிக்கப்பட்டது. பெங்களூரில் மட்டும் 1998-ஆம் ஆண்டில் வரதட்சணைக் கொடுமையால் கொல்லப்பட்ட பெண்களின் எண்ணிக்கை 1248.

கவனித்துப் பார்க்க வேண்டும், இந்த எண்ணிக்கை ஓராண்டிலே நடைபெற்ற கொலை. ஒரு மாநகரத்திலே நடைபெற்ற கொலை.

இந்தியா முழுவதும் இருக்கிற மாநகரங்களில், இன்னமும் சொல்லப்போனால் மாநகரங்களைவிடச் சிற்றூர்களிலே கூடுதலாக இருக்கும். எனவே இந்தியா முழுவதும் ஒரு ஆண்டிலே எவ்வளவு வரதட்சணைக் கொலைகள் நடந்திருக்கும் என்பதை நம்மால் இந்த ஒரு புள்ளி விவரத்தை வைத்து அறிய முடிகிறது. இந்தச் செய்தி வந்தபோதுதான், இதன் மீதான விவாதங்கள் வந்தன. எனவே கணவன் மனைவியாகவே இருந்தாலும்கூட ஒருவர் இன்னொருவர் மீது வன்முறையை பயன்படுத்தக்கூடாது என்கிற விவாதம் எழுந்தது. 2000-மாவது ஆண்டு இது ஒரு சட்ட முன்வடிவாக நாடாளுமன்றத்திலே முன் மொழியப்பட்டது. ஆனாலுங்கூட உடனடியாக நடைமுறைக்கு வந்து விடவில்லை. அதன் மீதான விவாதங்கள் எதிர்வாதங்கள் எல்லாம் வைக்கப்பட்டன. பிறகு வழக்கம்போல அது ஒத்தி வைக்கப்பட்டது. எப்படியோ 2005-ஆம் ஆண்டில் அது சட்டமாக வந்து விட்டது. அந்தச் சட்டம் வந்ததற்குப் பிறகு குடும்ப வன்முறைத் தடுப்புச்சட்டம் என்கிற அந்தப் பெயரே, இது வெளியிலே நடக்கும் அடிதடிகளுக்காக அல்ல, யாரோ ஒருவன் யாரோ ஒருவனை அடிப்பதற்கு அல்ல. சொந்த உறவுகள், அண்ணன், தங்கை, அம்மா, மகள் என்று எந்த உறவாக இருந்தாலும் ஒரு குடும்ப உறவுக்குள் வருகிற வன்முறை எல்லாவற்றுக்குமாக இச்சட்டம் வந்துள்ளது.

வன்முறை என்பது வெளியிலேதான் நடக்கும் என்று கருத வேண்டியதில்லை. வன்முறை என்பது இன்னமும் சொன்னால் குடும்பங்களிலேதான் கூடுதலாக நடக்கிறது. வன்முறை என்பது அடிப்பதுதான் என்றுகூடச் சொல்ல முடியாது. சொற்களால்கூட காயப்படுத்துகிறவர்கள் ஏராளமானோர் இருக்கிறார்கள். இங்கு பெண்கள் எங்கெல்லாம் காயப்படுகிறார்கள் என்று பார்த்தால், குடும்பத்தில், வேலை பார்க்கிற அலுவலகத்தில், இந்தச் சமூகத் தடங்களில் என்று எல்லா இடங்களிலும் பெண்கள் கொடுமைப் படுத்தப்படுகிறார்கள்.

நம்முடைய முன்னாள் குடியரசுத் தலைவர் கே.ஆர்.நாராயணன் அவர்கள்தான் மிக அழுத்தமாக ஒரு செய்தியைச் சொன்னார். இந்த நாட்டில்தான் தாயின் கருவறைகூடபெண்ணுக்குப் பாதுகாப்பான தாக இல்லை என்று சொன்னார். பல இடங்களில் பெண் குழந்தையாக இருந்தால் கருவிலேயே கலைத்து விடுகிறார்கள்.

இப்போது இன்னொரு சட்டமும்கூட வந்திருக்கிறது? நாம் எல்லோரும் அறிவோம். கருவிலே இருக்கிற குழந்தை ஆணா பெண்ணா என்று கண்டறிகிற சோதனை செய்யப்படமாட்டாது. அது சட்டப்படி குற்றம் என்று எல்லா மருத்துவமனைகளிலேயும் ஒரு பலகை தொங்குகிறது. ஏன் அந்தச் சோதனை செய்யக்கூடாது. அந்தக் கதிர் வீச்சினாலே அந்தக் குழந்தைக்குப் பாதித்து விடும் என்பதற்காக அல்ல. சோதனை செய்து பார்த்துக் கருவிலே இருப்பது பெண் குழந்தைதான் என்று முடிவு செய்தால், உடனே அந்தப் பெண் குழந்தையை அழித்து விட வேண்டும் என்கிற முடிவுக்கு வந்து விடுகிறார்கள். பெண் என்றாலே செலவு, பெண் என்றாலே தொல்லை என்று கருதுகிற சமூகமாக இது இருக்கிறது.

சில பெற்றோர்கள் சொல்வதை நாம் கேட்டிருக்கிறோம். இந்தப் பெண்ணை எப்படியாவது கரைசேர்த்து விடவேண்டும் என்று. ஏதோ அந்தப் பெண் கடலிலே தத்தளித்துக் கொண்டிருப்பதைப்போல, எப்படியாவது கரை ஏற்றி விடவேண்டும் என்று பெற்றோர்கள் கவலைப்படுகிறார்கள். ஆனால் சில நேரங்களிலே என்னாகி விடுகிறது என்றால், அவர்கள் பார்வையிலே கரையேற்றிய பிறகு, அந்த பெண் சில ஆண்டுகளுக்குப் பிறகு திரும்பி வந்து பெற்றோர்களிடத்திலே கேட்கிறாள், ஏன் என்னை இப்படிப் பாழுங் கிணற்றிலே தள்ளிவிட்டீர்கள் என்று. கரையேற்றி விட்டதாக அவர்கள் கருதினார்கள். பாழுங் கிணற்றிலே தள்ளி விட்டதாகப் பெண் கருதுகிறாள். எனவே இப்படிப்பட்ட ஒரு சமூக நிலைதான் இன்றைக்கு இருக்கிறது.

கருவிலிருந்து வாழ்வின் இறுதி நிலை வரை பெண்களுக்கு ஒரு பாதுகாப்பற்ற நிலை இருக்கிறது. அதைச் சமூக மாற்றங்களிலேதான் கொண்டுவர முடியும் என்றாலும் சமூக மாற்றம் வருகிற வரையிலே காத்திருக்க முடியாது. கடுமையாக சட்டங்கள் வேண்டும். அப்படிப்பட்ட சட்டமாக குடும்ப வன்முறைத் தடுப்புச் சட்டம் 2005 என்று ஒன்று வந்திருக்கிறது, அது வெறும் ஏட்டிலே இருந்தால் போதாது, எங்காவது யாராவது தன் மனைவி என்கிற உரிமையிலேகூட அடிக்கிற வன்முறையை நிகழ்த்துவார்களே யானால் அவர்கள் தண்டிக்கப்பட வேண்டும். அப்போதுதான் பெண்களுக்கான பாதுகாப்பு எதிர்காலத்திலாவது வந்து சேரும். ◻